இரவுக்குறி

பா. ஜெயவேல்

இரவுக்குறி : சிறுகதைகள்
ஆசிரியர் : பா. ஜெயவேல்

: © ஆசிரியருக்கு

முதற்பதிப்பு : நவம்பர் 2024
அட்டை வடிவமைப்பு : சந்தோஷ் நாரயணன்
வெளியீடு : வம்சி புக்ஸ்
19, டி.எம்.சாரோன்,
திருவண்ணாமலை - 606 601
9445870995, 04175 - 235806
அச்சாக்கம் : மணி ஆப்செட், சென்னை - 600077
விலை : ₹ 200/-
ISBN : 978-93-93725-75-2

Iravukuri : Short stories
Author : B. Jayavel

: © Author

First Edition : November 2024
Cover Design : Santhosh Narayanan
Published by : Vamsi books
19.D.M.Saron,
Tiruvannamalai - 606 601
9445870995, 04175 - 235806
Printed by : Mani Offset, Chennai - 600 077
: ₹ 200/-
ISBN : 978-93-93725-75-2
www.vamsibooks.com - e-mail: kvshylajatvm@gmail.com

என் அப்பா - அம்மா
பாலசுப்பிரமணியன்-ராஜகுமாரி

பா.ஜெயவேல்

பா.ஜெயவேல், செங்கல்பட்டு மாவட்டம் குமுளி கிராமத்தைச் சேர்ந்தவர். இவர் தற்போது செங்கல்பட்டில் வசித்துவருகிறார். திருக்கழுக்குன்றத்தில் இளங்கலை கணினி அறிவியலும், திருநெல்வேலி அரசு சட்டக் கல்லூரியில் இளங்கலை சட்டமும் பயின்றவர். விகடன் மாணவப் பத்திரிகையாளர் திட்டத்தின் (2009-2010) மூலம் மாணவ நிருபராக விகடனில் பணியைத் தொடங்கினார். நிருபர், தலைமை நிருபர் என விகடனில் சுமார் பத்து ஆண்டுகாலம் பணியாற்றி, பிறகு இந்து தமிழ் திசையிலும் பணியாற்றியவர். 'இரவுக்குறி' இவரின் முதல் சிறுகதைத் தொகுப்பு.

என்னுரை

தமிழ் இலக்கியங்கள் மீது எனக்கு பேரார்வம் இருந்தாலும், எழுதும் வாய்ப்புகளை நான் சரியாகப் பயன்படுத்திக் கொள்ளவில்லை என்றுதான் சொல்ல வேண்டும். பள்ளி, கல்லூரிக் காலங்களில் தமிழை நான் ஒரு பாடமாகப் பயின்றாலும், தமிழ் இலக்கணங்களைப் பொறுத்தவரை சரியான ஆசிரியர்கள் அமையாதது ஒரு குறையாகவே இருந்தது. பண்முகத்தளம் கொண்ட விகடனில் பணிபுரிந்த பத்து ஆண்டுகளில் அரசியல், கிரைம் சார்ந்த வட்டத்துக்குள்ளேயே என்னை வடிவமைத்துக்கொண்டதாக உணர்கிறேன். ஆயினும், என் எழுத்துக்கள் செம்மை பெற்ற பொற்காலம் என்றால் அது விகடன் அமைத்துக் கொடுத்த தளம் என்றே சொல்வேன்.

கொரோனா பெருந்தொற்று காலத்தில் நான் முதன்முதலாக எழுதிய சிறுகதை 'துஞ்சான் இரவுகள்'. இச்சிறுகதையை 'ஓம்சக்தி' மாத இதழில் வெளியிட்டு, அதன் ஆசிரியர் கண்ணன் கோபாலன் என்னை சிறுகதை உலகிற்கு அறிமுகப்படுத்தினார். அதன் தொடர்ச்சியாக இரண்டு சிறுகதைகளை எழுதி முடித்துவிட்டு, பல்வேறு காரணங்களால் சிறுகதை எழுதுவதையே நிறுத்திவிட்டேன். 2024 தொடக்கத்தில் மீண்டும் எழுத திட்டமிட்டு பத்து சிறுகதைகளை எழுதி முடித்துவிட்டேன். அந்தத் தொகுப்பு இப்போது 'இரவுக்குறி'யாக உங்கள் கைகளில் தவழ்வதில் பெருமகிழ்ச்சி.

இலக்கியப் படைப்புகளில் புனைவைத் தவிர்க்க முடியாது. அதே இலக்கணத்தோடுதான் என்னுடைய சிறுகதைகளும் உருவாக்கம் செய்யப்பட்டுள்ளன. வாசிப்போரின் கரிசனம் பெறுவதற்காக எந்தக் கதாப்பாத்திரத்தையும் அதன் துன்பத்தையோ வலியையோ தேவையில்லாமல் நான் மிகைப்படுத்தவில்லை என்றே நினைக்கிறேன்.

சில இடங்களில் கதை மாந்தர்களின் வலியை உணராதவரை அவர்கள் நமக்கு நகைச்சுவைக் கதாப்பாத்திரமாகவே தெரிவார்கள். கசப்பு மருந்தில் கலந்த தேனாய் கதைகளில் நகைப்புக்குரிய சம்பவங்களும் இடம்பெற்றிருக்கும். என் கதையில் வரும் நபர்கள் உண்மைக்கு நெருக்கமானவர்கள். நான் நேரில் கண்ட சிலரின் குணாதியங்களை, சம்பவங்களை, வலிகளை கற்பனையான பிம்பத்தின் மீது படரவிட்டிருக்கிறேன். அப்படியான மனிதர்களை நீங்களும் கடந்து சென்றிருக்கக்கூடும்.

இருளர்களின் மாமல்லபுரம் மாசி மகத் திருவிழாவை கதைக்களமாகக் கொண்டது 'இரவுக்குறி'. இக்கதையில் அவர்கள் குறிமேடை அமைத்துக் குறிகேட்பது, கன்னியம்மன் வழிபாடு, பாரம்பரியச் சடங்குகள் போன்றவற்றை கதைக்காகச் சிதைக்காமலும் மிகைப்படுத்தாமலும், கதையில் மட்டும் புனைவு செய்தேன். சுவாரஸ்யம், திருப்பங்களைவிட இச்சிறுகதையில் கதைக்களம் முக்கியம் எனத் தோன்றியதே இதற்கு காரணம்.

'மீண்டும் கோமதி' கதையில் உடல்நலக் குறைவால் வேலையை இழந்து பொருளாதார நெருக்கடியில் சிக்கித்தவிக்கும் இளைஞன் தன் பிறந்தநாளில் மனைவிக்குச் சொல்லாமல் மறைத்துவைத்த முன்னாள் காதலியையும், அவனின் காதலையும் மனைவிக்குத் தெரிவிக்க வேண்டிய கட்டாயம் ஏற்படுகிறது. பதைபதைப்பு, பயம், ஏமாற்றம் என அந்த இளைஞன் கொள்ளும் உணர்வுகளும் செய்கைகளும்

வாசிப்போரை கடந்தகால நினைவுகளுக்கு இட்டுச்செல்லும் என நம்புகிறேன்.

பொருளாதாரச் சூழல் காரணமாக நகர வாழ்க்கைக்கு புலம்பெயர்பவர்கள், தாங்கள் இழந்த கிராமத்து வாழ்க்கையை 'ராமசாமியின் புகைப்படம்' நினைவூட்டும். ஒவ்வொருவரின் பொக்கிஷமும், காலப்போக்கில் இன்னொருவருக்கு அர்ப்பப் பொருளாய் மாறும் தன்மைகொண்டது. இக்கதையில் தான் வாழ்ந்த பழைய வீட்டை விற்க முற்படும் ஒருவர், அந்த வீட்டின் நினைவுகள் வாயிலாக நம்மை அந்த வீட்டிற்கே அழைத்துச் செல்வார்.

பெரும்பாலான கிராமங்கள் இப்போது முதியோர் இல்லங்களைப்போல தோற்றமளிக்கின்றன. உறவுகளால் கைவிடப்பட்டவர்களின் வலியைப் பேசுகிறது 'கழுமரம்'. பொதுவாக மூலநோய் வந்தவர்கள் தங்கள் வலியை வெளிக்காட்டிக் கொள்ளமாட்டார்கள். மூலநோய் வலியோடு, மனவேதனை அடங்கிய இளைஞனின் வாழ்வில் நிகழும் சில துன்பச் சம்பவங்களைக்கொண்டது 'கழுமரம்'.

பணம் இருந்தும் உறவுகள் இல்லாத முதியவரின் தனிமையை 'நரை முதிர் திரை' பேசுகிறது. நேர்த்தியான வாழ்க்கை என்பது, வாழ்க்கை அல்ல; இயல்பாக வாழ்வதே வாழ்க்கை என மரணத்தின் விளிம்புநிலையில் அன்புக்காக ஏங்கும் முதியவரின் நிலையை இக்கதை சொல்கிறது.

மழை பொழிந்தால்தான் மனிதனுக்குள்ளும் கொடை குணங்கள் முளைக்கும். மழை என்றாலே முதலில் மகிழ்ச்சியடைபவன் விவசாயிதான். மழையில்லாமல் துன்பப்படும் விவசாயிகளின் வாழ்வியலைப் பேசுகிறது 'வானம் வழங்காதெனின்'.

அதுபோல் ஒரே குடும்பத்தில் கொடையுள்ளம்கொண்ட மூன்று நபர்களின் கொடைத்தன்மையைச் சொல்கிறது 'கொடைமடம்'.

மின்னணுச் சாதனங்களால் ஏற்பட்ட புரட்சியால் யாசகம் பெறும் விளிம்புநிலை மனிதர்கள் சந்திக்கும் சிக்கல்களை இது காட்சிப்படுத்துகிறது.

பல்லாயிரக்கணக்கான ஆண்டுகளாய் மனிதனின் பொதுபுத்தியில் படிந்த ஆண், பெண் படிநிலை வேறுபாடுகளை, இருபதாம் நூற்றாண்டு அறிவியல் புரட்சி கொஞ்சம் சிதைத்துவிட்டது. ஆனாலும் மரபு வழியாக மனிதனின் புத்தியில் ஊறியதை எந்த அறிவியலாலும் முற்றாக அழிக்க முடியவில்லை. அதன் வடுக்கள் நம் மனத்தில் அப்படியேதான் உள்ளன. ஆண் என்பது உயர்வானது, பெருமையானது என்பதற்கு அவன் மட்டுமே காரணமல்ல; ஏதோ ஒரு வகையில் பெண்களும் அதற்கு காரணமாக இருந்திருக்கிறார்கள். அந்தரங்கம் என்பது, காமம் சார்ந்த உணர்வுகள் மட்டுமே; அவை சார்ந்த உறுப்புகள் அல்ல. ஆண், பெண் பாலின முரண்பாடுகளால் ஏற்படும் ஒருசில சிக்கல்களை 'ஆண்ட்ரோஜன்' கதையில் வரும் சம்பவங்கள் சொல்கின்றன.

அரசு மருத்துவமனைகள் எப்போதும் ஆயிரமாயிரம் கதை சொல்லும் களமாய் இருக்கின்றன. சிகிச்சைக்கு வரும் சாமானிய மக்கள் படும் துயரங்களைக்கொண்டு எண்ணிலடங்கா கதைகளையும் நாவல்களையும் உருவாக்கம் செய்யலாம். அந்த வரிசையில் பதம்பார்க்கப்பட்ட சோறுதான் 'பாறு'. அரசு மருத்துவமனையில் நான் பார்த்த ஒருசில சம்பவங்களின் தொகுப்பாக 'பாறு' எழுதப்பட்டிருக்கிறது. விபத்தின் காரணமாக மரணத்தைத் தழுவும் ஒருவரின் குடும்பச் சூழல்களையும், விபத்து காரணமாக மருத்துவமனையில் உயிரிழந்தால் பிரேதத்தைப் பெறுவதில் ஏற்படும் நடைமுறைச் சிக்கல்களையும், பிணம் தின்னிக் கழுகுகளைப்போல ஒருவரின் இறப்பில் செல்வத்தைத் தேடும் அர்ப்பகுணங்களைக் கொண்ட மனிதர்களையும் இக்கதை கண் முன் நிறுத்தும்.

தனிமை, முதுமை, வறுமை, இயலாமை, நோய், மனவிரக்தி போன்ற காரணிகளால் மனிதர்களுக்கு ஏற்படும் உளவியல் சிக்கல்களை மையமாகக் கொண்டு ஒவ்வொரு கதைக்களமும் அமைந்துள்ளது. இக்கதைகளில் வரும் சம்பவங்கள் உங்களுக்குள் சிறு தாக்கத்தையாவது ஏற்படுத்தும் என நம்புகிறேன். ஒரு படைப்பாளியாக உங்கள் கருத்துகளுக்காக பேராவலுடன் காத்திருக்கிறேன்.

இச்சிறுகதைத் தொகுப்பினை வெளியிட்டு உதவிய வம்சி பதிப்பகத்தின் பதிப்பாளர் கே.வி.ஷைலஜா அவர்களுக்கும், அணிந்துரை வழங்கிய எழுத்தாளர் தமிழ்மகன் அவர்களுக்கும், கவிஞர் மானா பாஸ்கரன் அவர்களுக்கும், அட்டைப்படம் வழங்கிய ஓவியர் சந்தோஷ் நாராயணன் அவர்களுக்கும், பிழைத் திருத்தம் செய்து கொடுத்த நண்பர் கே.பாசுமணி அவர்களுக்கும் எனது நன்றியைத் தெரிவித்துக்கொள்கிறேன்.

- பா.ஜெயவேல்
25.11.2024
அலைபேசி: 8754496142
writerjayavel@gmail.com

தொண்டை மண்டல பதிகம்!

"உயிர் என்பது நம்மைத் துரத்திக்கொண்டே இருக்கும் நினைவுகளே அன்றி, உண்பதும் உறங்குவதும் அல்ல. நன்றோ தீதோ, நினைவுகள் துடிப்புடன் இருக்கும் வரை நமக்கான உலகம் உழலும்."

"நிகழ்காலத்திற்கு முன்பாக முகப்பு விளக்கைப்போல மனவோட்டம் சீறிப்பாய்ந்து சென்றுகொண்டிருந்தது."

"தண்ணி பாய்ஞ்சு ஏற மாட்டேங்குது. நேத்து பத்து கவட்ட தூரத்துக்கு தண்ணி பாயாம நின்னுபோச்சு. அங்கங்க முட்டு தாங்க ஆரம்பிச்சுடுச்சு. பயிரு வீட்டுக்கு வருமா, மாட்டுக்குப் போவுமான்னு தெரியல. ஒரு எறப்பு மழை பேய்ஞ்சா தப்பிச்சுடும்."

நண்பர் ஜெயவேல் தொகுத்துள்ள இந்தச் சிறுகதைத் தொகுப்பில் வெளிப்படும் வாக்கியக் கோப்புகளை இப்படிச் சொல்லிக்கொண்டே போகலாம். ஒரு பத்திரிகையாளர், எழுத்தாளராக மாறுவதன் உச்சபட்ச சாத்தியங்களை அடைந்திருக்கிறார் என்றே சொல்வேன்.

தஞ்சை, திருநெல்வேலி, மதுரை, நாஞ்சில் நாடு, கொங்கு நாடு, கரிசல் காடு என இலக்கியத்தில் பல சாம்ராஜ்ஜியங்கள் உண்டு. அதிலே கொண்டாடப்படாத பங்கேற்காத ஒரு நாடு என்றால், அது தொண்டை நாடு. இப்பகுதி இலக்கியங்கள், பரவலாக விசாரிப்புகளுக்கு உள்ளாவதில்லை. அவை குறித்த மேற்கோள்களும் மிகவும் குறைவு.

இத்தனைக்கும் தமிழின் முதல் நாவல், இராமலிங்க வள்ளலார் எழுதிய 'தொண்ட மண்டல சதகம்' என்பதாக ஒரு புதிய விவாதம் இப்போது தொடங்கியிருக்கிறது. தொண்டை நாடு சான்றோர் உடைத்து என்பர். 'நகரேஷு காஞ்சி' என்பார்கள். நகரத்தில் சிறந்தது காஞ்சி என்பது அதன் பொருள். இந்த வரலாற்று ஆதாரங்கள் தவிர்த்தும் சமீப காலத்தில் தொண்டை மண்டலத்திலே கொண்டாடப்பட்டவர்களாக ஒரு தமிழறிஞர்கள் பட்டியலைக் கொண்டுவர முடியும்.

அத்திப்பாக்கம் அ.வேங்கடாசல நாயகர் எழுதிய 'இந்துமத ஆசார ஆபாச தரிசனி' என்ற நூல் இப்போது பேசுபொருளாகி இருக்கிறது. 800 விருத்தப்பாக்களால் ஆன அந்த நூல், மூடநம்பிக்கைகளைத் தோலுரித்துக் காட்டும் மிக முக்கியமான நூல். இவர் இராமலிங்க வள்ளலாரின் சமகாலத்தவர். ஏழுகிணறு பகுதியில் இருவரும் அடுத்தடுத்த தெருவிலே வசித்தவர்கள். வள்ளலாருக்கு 25 வயது மூத்தவர்.

சூளை சோமசுந்தர நாயகர், டாக்டர் மு.வரதராசனார், ஜெயகாந்தன், அப்துல் ரகுமான், பிரபஞ்சன், கவிஞர் பழமலய், ராஜேந்திர சோழன், கண்மணி குணசேகரன், அழகிய பெரியவன், இமையம், அறிவுமதி, அ.வெண்ணிலா, சு.தமிழ்ச்செல்வி, சுகிர்தராணி, கவிப்பித்தன் உள்ளிட்ட பலரும் செங்கல்பட்டு, வேலூர், காஞ்சிபுரம், விழுப்புரம், சென்னை மாவட்டங்களின் மண்ணையும் மக்களையும் எழுதியவர்கள்தான். அந்த வரிசையில் தன் முதல் தொகுப்பின் மூலம் இந்த மண் சார்ந்த மக்களின் கதைகளைச் சொல்ல வந்திருக்கிறார் ஜெயவேல்.

ஜூனியர் விகடன் நிருபராக அவர் அந்தப் பகுதி முழுவதும் சுற்றி அலைந்து மக்களின் பிரச்சனைகளைக் கட்டுரைகளாகத் தந்தவர்,

இப்போது கதைகளாகத் தர வந்திருக்கிறார். இரண்டு வகையான எழுத்துநடைக்கும் இருக்கும் நுட்பமான வேறுபாட்டை அவர் நன்றாக உணர்ந்திருக்கிறார். பத்திரிகையாளராக இருந்தது அவருடைய மகத்தான பலம். ஏராளமான தரவுகள் அவரிடம் இருக்கின்றன. அவற்றை கதைகளாக மாற்றும் கலையும் கைவந்துவிட்டது. அப்புறமென்ன?

இருளர்கள் குறித்த கதையில் மாமல்லபுரத்தில் நடக்கும் மாசி மக விழா, அதிலே எடுத்துக்கொள்ளும் சடங்குகள், அங்கு உழலும் மக்களின் பிரச்னைகள், அவர்களின் துயரங்கள், அவர்கள் சந்தோஷம் என எதையோ கொண்டாடும் நினைவுகள் அனைத்தையும் அவரால் தொகுக்க முடிகிறது. கதையின் நம்பகத்தன்மையும் அதனால் வெகுவாகக் கூடுகிறது. ஊமைப்பெண்ணின் உள்ளக் குமுறலை மிக இயல்பாக வடித்துத் தந்திருக்கும் 'இரவுக்குறி' கதையோடு இந்தக் கதைத் தொகுதி தொடங்குகிறது.

'கோமதி' என்ற பெயரில் வரும் ஒரு தொலைபேசி அழைப்பு, எதிர்பாராத திருத்தம்கொண்ட உன்னதமான கதை. கணவன் மனைவிக்குள் அந்தக் கோமதி குறித்து எழும் மிக எளிமையான இயல்பான விவாதம் ஆச்சரியம் தருகிறது. இந்தக் கதை எப்படித்தான் முடியப்போகிறது என்ற ஆர்வம் கடைசி வரி வரை தாக்குப்பிடிப்பதுதான் வெற்றி.

'துஞ்சான் இரவு' கதையில் தூக்கம் இல்லாமல் உழலும் ஒரு குடும்பத் தலைவன் மாடியில் இருந்து பார்க்கிறான். வெள்ளைச் சட்டை அணிந்த ஒருவனும் இன்னொருவனும் பேசிக் கொண்டிருக்கிறார்கள். இந்த இரவு நேரத்தில் அவர்கள் என்னதான் பேசுவார்கள் என கதாநாயகன் யூகிப்பது, கதைக்கு தொடர்பில்லாததா அல்லது அதுதான் கதையா எனத் தோன்றினாலும், ஆச்சரியமான

விவரங்களை நகர்த்தல்களும் ஜெயவேலுக்கு மிக அருமையாகக் கைகூடி வந்திருக்கிறது.

கதைகளில் நிறைய முடிவுகளை அவர் வாசகரின் பார்வைக்கு விடுவது சவாலான தேர்வுதான். செங்கல்பட்டு, உத்தரமேரூர், தாம்பரம், மாமல்லபுரம் என கதை நடக்கும் களம் கவனமாகக் கையாளப்பட்டிருக்கிறது.

'நரை முதிர் திரை' கதை உலகத்தரம் என்று சொல்வேன். மிகை அல்ல. உலகின் மிகச்சிறந்த கதையின் மொழிபெயர்ப்போ என அதை நினைத்தேன். ஒரு முதியவரின் தனிமை உணர்வை அணு அணுவாகச் சித்திரிக்கும் கதை. ஒவ்வொரு வரியும் அவருடைய சூழ்நிலையின் எதார்த்தத்தை அப்பட்டமாக எடுத்துரைக்கிறது.

'ராமசாமியின் புகைப்படம்', அவருடைய புகைப்படத்தில் இருந்து ஆரம்பித்து அந்த வீட்டில் நிகழ்ந்த அத்தனை நிகழ்வுகளையும் சொல்லி கதை முடியும்போது கண்ணீரையும் வரவழைக்கிறது.

'வானம் வழங்காதெனின்' கதை, செங்கல்பட்டில் இருக்கும் ஒரு கிராமத்தை வார்த்தைகளால் உருவாக்கியிருக்கிறது. கிராமத்து மனிதர்களின் வாழ்வை, கிணற்றுநீர் பாசனத்தை, வானம் பொய்த்ததால் ஏற்படும் தடுமாற்றத்தை, முறிந்துபோன நட்பை, ஒரு விவசாயி கஷ்டப்படும்போது பகையை மீறி ஒட்டிக்கொள்ளும் உறவை... இப்படித்தான் பதிவு செய்ய வேண்டும். வயலில் 'மோழை அடைப்பது' என்று ஒரு வேலை உண்டு. அதுபோல் கிணற்றில் நீர்மட்டம் குறைந்து போனால் சைடு போர் போட்டு தண்ணீர் எடுப்பது. இதையெல்லாம் படித்தபோது எங்கள் ஊரில் வாழ்ந்ததுபோலவே உணர்ந்தேன்.

பத்து கதைகளும் முத்துக்கள். அனைத்தையும் நானே சொல்லிவிடக் கூடாது என, வாங்கிப் படிப்பவர்களுக்கு வழிவிட்டு நிற்கிறேன். வட தமிழ்நாட்டின் மொழி, சுருக்கமும் எளிமையும் கொண்டது. அதை ஒவ்வொரு கதையிலும் சிறப்பாகக் கையாண்டு இருக்கிறார் ஜெயவேல்.

தொண்டை மண்டல கதாசிரியர் பட்டாளத்துடன் ஓர் இளம் வீரர் கைகோத்து இருக்கிறார் என்று பெருமையுடன் ஜெயவேல் அவர்களை வாழ்த்துகிறேன்.

அன்புடன்
தமிழ்மகன்
13.10.2024

சொல் நெல்!

'இவ்வுலகம் இனியது; இதிலுள்ள வான் இனிமை உடைத்து; காற்றும் இனிது; தீ இனிது; நீர் இனிது; நிலம் இனிது'- என்றான் மகாகவி பாரதி. அவற்றுடன் சேர்த்து கவிதைகளும், கதைகளும் இனிது என்பேன். அப்படி இனிமை ததும்புகிற ஒரு கதைப் புத்தகத்தை வாசிக்கும் வாய்ப்பை எழுத்தாளர் பா.ஜெயவேல் வழங்கியிருந்தார்.

'எந்த மரமும் பழங்களைத் தின்பதில்லை... எந்த நதியும் தண்ணீர் குடிப்பதில்லை' - என்கிற உமர் கயாமின் கவிதைகள் தரும் மயக்கத்தை சில கவிதைப் புத்தகங்கள் எனக்குத் தந்திருக்கின்றன. சிறுகதை புத்தகங்களோ வேறொரு பரிணாமத்தைத் தரவல்லவை. 'ஒரு கதவு திறக்க இன்னொரு கதவு தெரியும்' என்றார் சுந்தர ராமசாமி. அதுபோல, பல லேயர் கொண்ட வாழ்வியல் யதார்த்தங்களைக்கொண்டு இச்சிறுகதைகளை முடைந்திருக்கிறார், நூலாசிரியர் பா.ஜெயவேல்.

ஒவ்வொரு புத்தகமும் எனக்கு ஒரு பறவைதான். வாசிக்கும்போது உள்ளங்கைகளில் உட்கார்ந்திருக்கும் அந்தப் பறவைகள், வாசிக்க வாசிக்க இதய வானத்தில் சிறகசைத்துப் பறக்க ஆரம்பித்துவிடுகின்றன. இதுவரை அறிந்திராத ஓர் உலகத்தை பா.ஜெயவேல் இந்நூலில் அறிமுகம் செய்கிறார்.

கதைகளை வாசிப்பது, எப்போதும் எனக்கு கிணற்றுத் தண்ணீரை மொண்டு குளிப்பது மாதிரி. குளிக்கக் குளிக்க அலுப்பு தீரும். ஆனால், ஆசை தீரவே தீராது.

எவ்வகையான ஆளுமையையும் சாதி, மத வட்டத்துக்குள் அடைத்துப் புறக்கணித்தோ, அடையாளப்படுத்தியோ, தன்னின்பம் காணும் சீக்கான சமூகமாகிவிட்டச் சூழலில் நாம் வாழ்கிறோம். விசைப்பலகை புரட்சியாளர்கள், வேர்களை மறந்த அல்லது மறைத்த விழுதுகள் நிறைந்ததாகிவிட்டது இன்றைய இளம் தலைமுறை. இச்சூழலில்தான் பா.ஜெவேலின் இச்சிறுகதைத் தொகுப்பு முக்கியத்துவம் பெறுகிறது.

ஜெயவேல் தன்னைச் சுற்றி நடப்பவற்றை எப்போதும் உற்றறிபவராகத் திகழ்கிறார். அதனால்தான் மாமல்லபுரத்தில் ஆண்டுதோறும் நடைபெறும் பழங்குடிகளின் திருவிழாவை கதைக்களத்துக்குள்ளாக்கி, அங்கு நடைபெறும் சம்பவங்களை எழுத்தில் காட்சிப்படுத்தியிருக்கிறார். அந்தக் கதைதான் 'இரவுக்குறி'. மாமல்லபுரத்தில் ஆயிரக்கணக்கான இருளர்கள் தமிழ்நாட்டின் பல மாவட்டங்களில் இருந்தும், ஆந்திரா, கர்நாடகா, தெலங்கானா போன்ற வெவ்வேறு மாநிலங்களில் இருந்தும் குடும்பம் குடும்பமாக வந்து திருவிழாவை மாசி மாதத்தில் கொண்டாடுவது வழக்கம்.

அவ்வாறு வரும் இருளர் இன மக்கள் கடற்கரையோரத்தில் சேலைகளால் குடில்கள் அமைத்து அங்கு தங்குவர். பின்னர், அதிகாலை சூரிய உதயத்திற்கு முன்னர் அவர்களது குலதெய்வமான பச்சையம்மனையும், கன்னியம்மனையும் கடற்கரை பிடி மண்ணில் செய்து, படையலிட்டுக் கொண்டாடுவார்கள். இதனை உள்ளது உள்ளவாறு எழுதியிருக்கிற ஜெயவேல், இருளர்களின் வாழ்வியலை ஆவணப்படுத்தியிருக்கிறார் என்றே சொல்ல வேண்டும்.

எடமிச்சியான் என்பவர் குறி சொல்பவராக கதையில் வருகிறார். அவரது செயல்பாடுகளும், அவரது மருமகள் மாரியம்மாளின்

பணிவிடைகளும் இருளர்களின் சம்பிரதாயங்களின் அடையாளமாகத் திகழ்கின்றன. அவருக்கு எதிராக அமர்ந்து அந்த இரவில் குறி கேட்க வருகிற குடும்பங்கள், தாங்கள் வணங்குகின்ற கன்னியம்மன் மீது எவ்வளவு தெய்விக நம்பிக்கை உடையவர்களாக இருக்கிறார்கள் என்பது தெளிவாகிறது.

கதையில் இடைச்சரடாக முருகன் - லலிதாவின் காதல் மனமும் இல்லற வாழ்வும் புனையப்பட்டது கதைக்கு வலுசேர்க்கிறது. அதுமட்டுமல்ல, அன்பின் வழி நடக்கும் அவர்களின் வாழ்வும் வளமுமாகவே அந்த இடைச்சரடு திகழ்கிறது.

இக்கதை ஒரு ராக ஆலாபனையாக ஆரம்பித்து, கடலில் குளிக்கப் போன முருகன் பிணமாக கரையொதுங்கிக் கிடக்கிறான் என்கிற இறுதியுரையாக முன்மொழியப்படுவது மனதை பெரிதும் சோகம் சூழவைக்கிறது. ''நீங்கள் கீழேயே பார்த்துக்கொண்டிருந்தால், வானவில்லைக் காண மாட்டீர்கள்'' என்றார் சார்லி சாப்ளின். அதேபோல, இக்கதை இருளர் இன இதயங்களை அண்ணாந்து பார்க்க வைக்கிறது.

'துஞ்சான் இரவுகள்' - சுகுமார் இளைஞனின் தூக்கம் வராத இரவுகளைப் பற்றிய விறுவிறுப்புடன்கூடிய கதை. தூக்கம் வராததால் அவன் இசை கேட்க முயல்கிறான்... அந்த இசையும் அவனை இம்சிக்கிறது. சில நாட்கள் தூக்க மாத்திரை உட்கொள்கிறான். அதுவே தொடர் பழக்கமாகிவிடலாம் என சொல்லப்பட, அதையும் தவிர்க்கிறான். இன்றைய டிஜிட்டல் உலகில் சம்பள மான் பிடிக்க ஓடிக்கொண்டே இருக்கும் பல இளைஞர்களுக்கு இருக்கும் மனப் போராட்டத்தை அழகுற படம் பிடிக்கிறது 'துஞ்சான் இரவுகள்' கதை.

இச்சிறுகதைத் தொகுப்பில் என்னை கூடுதலாகக் கவர்ந்தது பா.ஜெயவேலின் கதை சொல்லும் உத்தியும், அதற்கு அவர் கைகொண்ட மொழியும்தான். இலகுவான மொழி கட்டுமானம் இவருக்கு கைவந்த கலையாக இருக்கிறது. அடுக்கடுக்காக

அடுக்குமல்லிப் பூப்பது மாதிரி நிறைய லேயர்களைக் கொண்டிருக்கிறது இவரது கதை சொல்லல். வாழ்வை துழாவுகிறது இவரின் எழுத்து.

168 பக்கங்கள் கொண்ட இப்புத்தகத்தைப் படித்து முடித்தபோது... எப்போதோ எங்கேயோ படித்த, வாஸ்கோ போப்பாவின் இந்த வரிகள் நினைவில் நீந்தின:

அந்த முக்கோணம் இரவில்

தன்னோட நான்காவது பக்கத்தை

யாருக்கும் தெரியாமல் எடுத்து

முத்தமிட்டு பின் தனக்குள்

மடித்து வைத்துக்கொள்ளும்

எல்லோரும் சொல்வார்கள்

அந்த முக்கோணத்துக்கு

மூன்று பக்கம் என்று!

- மானா பாஸ்கரன்

23.11.2024

உள்ளே...

1. இரவுக்குறி 21
2. மீண்டும் கோமதி 45
3. கழுமரம் 59
4. ராமசாமியின் புகைப்படம் 72
5. துஞ்சான் இரவுகள் 86
6. நரை முதிர் திரை 98
7. வானம் வழங்காதெனின் 109
8. ஆண்ட்ரோஜன் 120
9. கொடைமடம் 133
10. பாறு 144

இரவுக்குறி

''வேடிக்கை பாக்காத... வெசயா நட. சீக்கிரம் போனாதான் ஓரத்துலயாவது யெடம் கெடைக்கும்'' என லலிதாவிடம் சொல்லிக்கொண்டே வலக்கையிலிருந்து இடக்கைக்கு கட்டைப் பையை இடம் மாற்றிக்கொண்டான் முனியன். சும்மாடு மேல் கனத்த பையுடன் இடுப்பில் இளையவனை அணைத்துக்கொண்டும் நடந்து வந்த மூத்தவனை இன்னொரு கையால் பிடித்துக்கொண்டும் நடந்தாள் மாரியம்மாள். அவர்கள் பின்னால் சாதிசனங்களோடு மெதுவாய் நடந்து வந்துகொண்டிருந்தார் எடமிச்சியான்.

இருளர் பழங்குடியினரின் குலதெய்வ வழிபாட்டுக் கொண்டாட்டத்திற்காக மாமல்லபுரம் கடற்கரை விழாக்கோலம் பூண்டிருந்தது. மாசிமகத்திற்கு இரண்டு மூன்று நாட்களுக்கு முன்பிலிருந்தே இருளர் பழங்குடியினர் மூட்டை முடிச்சுகளோடு மாமல்லபுரத்தில் சாரி சாரியாக வந்து குவியத் தொடங்கிவிடுவார்கள். தமிழ்நாடு மட்டுமல்லாமல் ஆந்திரா, கர்நாடகா என அண்டை மாநிலங்களிலிருந்தும் இருளர்கள் கன்னியம்மன் வழிபாட்டிற்கு வருவார்கள். சைவமும் வைணவமும் ஒருங்கே பெற்ற கடற்கரைக் கோயிலின் வரலாற்றில் குலதெய்வ வழிபாடும் பின்னாளில் தொற்றிக்கொண்டது.

கடற்கரைக் கோயிலிலிருந்து தெற்காக சுமார் ஒரு கிலோமீட்டர் வரை அவர்கள் குடில் அமைத்திருப்பார்கள். குடில் என்பது, மணலில் குச்சிகளை நட்டு அதில் தாங்கள் கொண்டு வந்த சேலையால் சுற்றுசுவர் போல அரண் அமைப்பது. வானம்தான் கூரை. மற்றபடி வெயில் அவர்களுக்கு பொருட்டல்ல. சமையலுக்கு வேலியில் பொறுக்கிய விறகுகள். அதுவும் கிடைக்காதவர்களுக்கு அதிக விலையில் விறகுக் கட்டு. பூஜை பொருட்கள், பிளாஸ்டிக் குடங்கள், பாத்திரங்கள், மீன், நண்டு, இறைச்சி என வழியெங்கும் கடை விரித்திருந்தார்கள். இவற்றையெல்லாம் பார்த்துக்கொண்டே துணி மூட்டையை இடுப்பில் சுமந்தவாறு மணலில் நடந்தாள் லலிதா.

''குடுக்கறது பத்தாயிரம். இதுக்கு எத்தன வாட்டி அலயவுடுறது. சும்மாவா காசு குடுக்கறாரு காசு. வேகாத வெய்யில்னுகூட பாக்காம மாடா ஒயக்கிறோம். கல்லு அறுத்து அறுத்து ஒடம்பு கருவாடா போச்சு. சூலைக்கு ஒயச்சு ஒயச்சு ஓடா தேஞ்சதுதான் மிச்சம். பணமா பணம்... பாடையில போவுறப்ப இந்தப் பணத்தைத் தூக்கிக்கினா போவப்போறம்?.'' புலம்பிக்கொண்டே வந்தாள் மாரியம்மாள்.

''தெ... இப்பவாச்சி பணம் கெடச்சுதே அதச் சொல்லு.'' சமாதானப்படுத்த முயன்றான் முனியன்.

''சும்மாவா குடுத்தாரு... வெள்ள பேப்பர்ல கைநாட்டு வச்சிதான வாங்கியாந்தோம். அதுக்கு நாயிமேரி நாப்பது தடவ அலயவுட்டா எப்புடி! ரெண்டு நாளிக்கு முன்னயே குடுத்தா குபேரன் சொத்து கொறஞ்சாபோயிடும். நேத்தே வந்து குடிச கட்டியிருக்கலாம். கொஞ்சம் கிட்டத்தலயாவது யெடம் கெடச்சிருக்கும். சாதி சனம்னு சந்தோசமா இருக்கறதே இந்த ரெண்டு நாளுதான். அதுலயும் அந்த ஆளு மண்ண அள்ளி போடறானே!''

''கடலவிட பெருசுடி கன்னியம்மா மனசு. நமக்கின்னு ஒரு யெடம் கெடக்காமலாபோயிடும்.''

''க்கும்... வருசம் ஆச்சுன்னா கடனவுடன வாங்கி கன்னியம்மா கன்னியம்மான்னு ஓடியார்றோம். துண்ண, தூங்கக்கூட நேரம் இல்லாம ஓயாம ஓயக்கிறோம். நீ இன்னா ஊருல கோபுரமா கட்டி வச்சிகீற? கீஞ்சிபோன குட்சதான கெடக்கு. வெயிலுக்கும் ஒதுங்க முடியல... மழெக்கும் நிம்மதியா படுக்க முடியல. மனுசன் படுக்குற வூட்டுல பாம்பும் பல்லியும் ஓடிப்புடிச்சு வெளயாடுது. கீத்து ஓல மக்கி, மரக்கட்டை பீயா சோத்துல கொட்டுது. இருக்கோமா செத்தோம்மான்னு கூர பொத்த வழியா வானம் எட்டி பாக்குது. பரம்பர பரம்பரையா கன்னியம்மாவுக்கு படையல் போட்டாலும், இன்னும் அவளுக்கு மனசு குளிரல; கல்லாத்தானே கெடக்கு. நம்ம சாதிசனம் அல்லாம் மாளிகையிலயா இருக்கு. ஒரு வேள சோத்துக்கே அல்லாடிக்கிட்டுதான கெடக்கோம். கடலுக்கு வந்தாகூட, இன்னும் கந்த பொடவையிலதான குட்ச கட்டுற நெலமையில நம்மள வச்சிருக்கா கன்னியம்மா. ஒடம்ப மறைக்கவாவது ஒரு நல்ல பொடவ உண்டா?''

''ஏய் கய்த, வெடிஞ்சா போதும், பொலம்பறதே ஒனக்கு வேலயா போச்சு.''

''சொர்தான் போ... கத்த கத்தயா எடத்தாந்து கொட்றயாக்கும் கலகலன்னு சிரிக்கறதுக்கு. பொழக்கறதுக்கு நல்ல வயி உண்டா ஒனக்கு. பேச்சுலதான் வாய் கிழியுது.''

''சூல வேலைய வுட்டுட்டு மரம் வெட்ட போட்டுமா? தெனந்தெனம் கைல காசு வரும்.''

''ரெண்டு நாளைக்கு வேலைக்கு போனா, ஒடம்பு வலின்னு நாலு நாளைக்கு வூட்டுல படுத்துக்குவ. மிச்ச காச குடிச்சே தீத்துடுவ.''

''ஒடம்பு வலி அப்பிடி கீது. நம்ம பொறப்புக்கு வெய்யில்ல கெடந்து காயணும்னு எய்தி இருக்கு. பேன்ட் சட்டயோட சேர்ல ஒக்காந்து செய்யுற வேலயா நமக்குக் கெடக்கும்.''

‘‘செர்தான்...’’

‘‘நீதான் நோட்டு நோட்டா கொண்டாந்து கொட்டேன்.’’

‘‘நான் இன்னாமோ பள்ளிக்கூடம் போய் பக்கம் பக்கமா படிச்ச மாதிரியும் அதுக்கு கலெட்டர் உத்தியோகம் கெடச்சா மாதிரியும் பேசுற. பட்டுப்பொடவ கட்டிக்கிட்டுப் போனாலும் என்னை பந்தியில எல எடுக்கத்தான் சொல்வாங்க. பாயப் போட்டு சோறா போடுவாங்க?’’

‘‘எல்லாம் நம்ம வாங்குன சாபந்தான்டி. இப்ப புரியுதா ஒனக்கு?’’

‘‘நீ வெளங்காமப் போனதுக்கு அந்தச் சாமிய ஏன் கொற சொல்ற?’’

‘‘தே... தெரியுது பார் கோயிலு. அதான்... கடற்கரைக் கோயிலு. உள்ள போய் நீ பாத்துகீறியா?’’

‘‘அதான் வேலி போட்டு வச்சிக்கீதே... உள்ள போறதுக்குக்கூட காசு கேப்பாங்க’’

‘‘ஆமாம்... அங்கதான் பெருமாள் தலையில மரக்கால் வச்சி படுத்துக்கிட்டு இருப்பாராம்.’’

‘‘அதுக்கு இன்னா இப்ப?’’

‘‘அதுக்கு பின்னாடி ஒரு கத இருக்கு. எங்க அப்பாவுக்கு தாத்தா சொன்னது. இப்ப உங்களுக்கு நான் சொல்றேன்.’’

‘‘இன்னா கத வச்சிகீறியோ நீ’’

‘‘ஒலகத்துக்கே படியளக்கற பெருமாளு, பாரபட்சமில்லாம எல்லாருக்கும் சமமாத்தான் படியளப்பாராம். வழக்கம்போல ஒரு தடவ எல்லா சாதிசனங்களையும் வரவழச்சு மரக்கால்ல நெல் அளந்து கொடுத்தாராம். எல்லாரும் நல்ல பை எடுத்துக்கிட்டு வந்து நெல்ல வாங்கிட்டுப் போனாங்களாம். நம்ம சாதிக்காரன் மட்டும் கிழிஞ்ச பையோட போனானாம். சாமி நமக்கு அளந்த நெல்ல பையில

கொட்றப்ப, எல்லாமே கீழ கொட்டிக்கிச்சாம். அதனாலதான் நம்ம சாதிக்காரங்க எவ்ளோ சம்பாதிச்சாலும், நமக்குன்னு எதையும் சேர்த்துவெக்க முடியலயாம். அந்த சாபந்தான் இன்னைக்கு வரைக்கும் நம்மள இப்படி வச்சிக்கீது.''

''அந்த மரக்கா வச்சி படுத்துக்கீற சாமிய நீ பாத்துகீறியா?''

''ஒரு தடவ பாத்துகீறேன். ஆனா, அங்க மரக்கா இருக்கான்னு தெரியல''

மறுமொழியில்லாமல் மாரியம்மாள் நடந்தாள்.

சற்று நேரத்தில் ஏதோ நினைவு வந்தவளாக ''அந்தக் கோயிலுக்குப் பின்னாலதான நம்ம சாமியோட வெள்ளிக் கம்பம் கீது... மாசி மகத்துக்கு ஏழு கன்னிமாருங்களும் அங்கதான் நூல் ஏணியில வந்து யெறங்குவாங்க. கடல்ல குளிச்சுட்டு, ஏழு படி ஏறி ஆகாசத்துக்குப் போவாங்களாம். அதனாலதான் இங்க வந்து கன்னியம்மாவ வேண்டிக்கிறோம்னு எங்க அப்பா சொல்லுவாரு... '' என்றாள்.

''சொர்தான்... நீயும் பதிலுக்கு இன்னாமா கத சொல்ற. இன்னும் தெக்கால போ... தூரத்துல யெடம் கெடக்கு பார். வெசயா போ...'' உற்சாகமானது முனியனின் குரல்.

கடற்கரைக் கோயில் பகுதியிலிருந்து தெற்காக, கடலைவிட்டு சற்று தொலைவில் உள்ள பகுதியில் அவர்களுக்கு இடம் கிடைத்தது. கூடாரம் அமைப்பதற்காக புல், பூண்டுகளை சுத்தம் செய்யும் வேலையில் இறங்கினார் எடமிச்சியான்.

''நான் போய் கொடம், சாமான்லாம் வாங்கியாறேன். அதுக்குள்ள குடிசயக் கட்டுங்க'' என முனியன் கிளம்பினான்.

சற்று நேரத்தில் 'குச்சி ஒடிச்சுக்கிட்டு வருகிறேன்' என சைகையால் காட்டிவிட்டுச் சென்றாள் லலிதா.

ஒரு மணி நேரமாகத் தேடியலைந்தும் தழைத்து இருக்கும் வேப்ப மரத்தை லலிதாவால் பார்க்க முடியவில்லை. இருக்கும் ஒன்றிரண்டும் இலைகளை உதிர்த்திருந்தன. வெகு தொலைவிற்கு அவளின் கால்கள் பயணித்தன. ஒரு வழியாக வேப்ப மரத்தை அடைந்தபோது கைக்கு எட்டும் தொலைவில் கிளைகள் இல்லை. மரத்தின் மீது சிறுசிறு கிளைகளை ஒடித்துக்கொண்டிருந்தான் முருகன். அங்கு தயங்கியபடியே நின்றிருந்தாள் லலிதா.

''தெ... வேப்பல வேணுமா?'' என்றான் முருகன்.

'ஆமாம்' என்பதுபோல தலையசைத்தாள் லலிதா. பிறகு வேப்பிலை நிறைந்த சிறு கிளைகளை ஒடித்துக் கொடுத்தான்.

''இன்னிக்குத்தான் வந்தீங்களா?''

'ம்...' என தலையை மேலும் கீழும் ஆட்டினாள் லலிதா.

''இன்னா ஊரு நீங்க?''

''....''

''நீ பேச மாட்டியா?''

தனக்கு பேச்சு வராது என்பதை சைகையால் உணர்த்தினாள்.

''சொர்தான் போ... நான் தூக்கியார்றேன். அத குடு'' என வேப்பிலைக் கொத்துகளையும் குச்சுகளையும் வாங்கிக்கொண்டான் முருகன்.

மணலில் கால்கள் புதைய குடில்கள் இருக்கும் பகுதியை நோக்கி நடந்தே வந்தார்கள்.

'எங்க குடிசை போட்டிருக்கீங்க?' என சைகையில் வினவினாள் லலிதா.

''கன்னியம்மா சாமி வெச்சிருக்காங்கல்ல. அதுக்குப் பின்னாடி உள்ள போகணும். நீங்க எங்க இருக்கீங்க?''

‘போகும்போது காட்டுறேன்‘ என்பதுபோல அவள் ஜாடை காட்டினாள். மெள்ள நடந்து வந்துகொண்டிருந்தார்கள். சிறிது தொலைவு வந்ததும் ‘அந்தப் பக்கமாகத்தான் எங்க குடிசை இருக்கிறது’ என பெரிய சவுக்கு மரத்தைச் சுட்டிக்காட்டினாள்.

அவளுக்குத் தேவையான குச்சிகளையும் வேப்பிலைக் கொத்துகளையும் கொடுத்துவிட்டு, ‘‘ஒங்க பக்கமாதான் கொழாய் இருக்கு. தண்ணி புடிக்க அந்தப் பக்கமாக வருவேன். நீ தண்ணி புடிச்சிட்டியா?’’ என்றான்.

‘இல்லை’ என்பதுபோல தலையை ஆட்டி, ‘நானும் குடத்தை எடுத்துக்கிட்டு வர்றேன்’ என சைகையால் சொன்னாள் லலிதா.

அடிபம்ப்பைச் சுற்றி கூட்டம் முண்டிக்கொண்டிருந்தது. நீண்ட வரிசையில் தண்ணீர் பிடிக்க நின்று கொண்டிருந்தவர்கள் தங்களுக்குள்ளாகப் பேசிக்கொண்டார்கள்.

‘‘கொடம் தண்ணி பத்து ரூவா. அஞ்சு கிலோ சுள்ளி நூறு ரூவா. காலம் எப்பிடி கீது பாரு!’’

‘‘இங்க கொழாய போட்டவனும் நம்ம சாதிக்காரன்தான். கேட்டா, வருஷத்துக்கு ரெண்டு நாள் பொழப்பு. இஷ்டம் இருந்தா புடிச்சுக்கோ, இல்லன்னா வுட்டுடுன்னு சட்டம் பேசுறான்.’’

‘‘கடல் பூரா தண்ணியா கீது. கொடம் தண்ணி உசுர வாங்குது.’’

‘‘வேணும்னா கவுர்மென்ட் கிட்ட சொல்லி கொழா போடச்சொல்லு.’’

‘‘அப்படியே போட்டுட்டாலும். கவுர்மென்ட் லட்சணத்தைத்தான் பஸ்ல பார்த்தோமே!’’

‘‘இன்னாக்கா சொல்ற’’

‘‘நாம கோயிலுக்கு வர்றதுக்கு ஸ்பெஷல் பஸ் வுட்டுகீறாங்க தெரியுமா?‘‘

‘‘அதுக்கு இன்னா இப்ப...’’

‘‘செங்கல்பட்ல இருந்து வர்றதுக்கு மத்த பஸ்ல 25 ரூபான்னா, இதுல 30 ரூபாயாம். அதே ஓட்டை பஸ்தான். காசு மட்டும் எதுக்கு அதிகமா வாங்கணும்?’’

‘‘மேடை போட்டு டிராமா டான்ஸு போடுறாங்கல்ல.’’

‘‘ஆமாம்.’’

‘‘அதுக்கெல்லாம் கவுர்மென்ட்லதான் காசு கொடுக்கிறாங்களாம். அதை எப்பிடி வசூல் பண்றது?’’

‘‘செர்தான். நல்லா சொன்னக்கா’’

‘‘உங்க வூட்ல இன்னா கொழம்பு?’’

‘‘நண்டு கொழம்பு வச்சிருக்கோம்’’

‘‘ராத்திரி வூட்டுக்கு வந்துடவா?’’

‘‘தெ... மோப்பம் புடிச்சுட்டு எங்க குடிசக்குள்ள வந்துடகிந்துட போற. கன்னியம்மா உன்ன சும்மா வுடாது.’’

கால்கடுக்க நின்றவர்கள் எதையாவது பேசி சிரித்துக்கொண்டிருந்தார்கள். சற்று தொலைவில் குடத்தோடு காத்திருந்தாள் லலிதா. நீண்ட நேரம் கழித்துதான் முருகன் வந்தான். காலி குடத்தோடு நின்ற கூட்டத்தில் இருவரும் வரிசையில் நின்றார்கள். முருகன் அவளுக்கும் தண்ணீர் அடித்துக் கொடுத்து, தனக்கும் எடுத்துச் சென்றான். சொல்லிவைத்தாற்போல இரண்டாவது குடத்திற்கு இருவரும் வந்து நின்றார்கள்.

‘‘பெருமாள் கோயிலுக்குப் போலாமா?’’

‘வேலை இருக்கு... அம்மா திட்டும்... அப்புறமா போலாம்’ என்பதுபோல சைகை காட்டினாள் லலிதா.

‘‘வேலைய முடிச்சுட்டு வா. கன்னியம்மா சாமி வச்சிருக்காங்கல்ல, அங்கதான் இருப்பேன்’’

சிரித்துக்கொண்டே தலையசைத்தாள். பிறகு குடத்தில் தண்ணீர் நிரப்பிச் சென்றாள்.

யூரியா கோணிகளைக் கிழித்துத் தைத்த படுதாவினால் கூடாரம் அடிக்கப்பட்டிருந்தது. அதில் எடமிச்சியான் மாரியம்மாளின் குழந்தைகளோடு விளையாடிக்கொண்டிருந்தார். கூடாரத்திற்கு எதிரே புடவையால் தடுப்பு அரண் அமைத்த பாரம்பரியக் குடிலும் செய்யப்பட்டிருந்தது. மாரியம்மாளுக்கு உதவியாக சமையலுக்குத் தேவையானவற்றைச் செய்துக் கொடுத்தாள் லலிதா. தங்குவதற்கு இடம் தயார்செய்த திருப்தியில் முனியன் சாராயத்தைத் தேடிச் சென்றான்.

முனியனின் முதல் மனைவி பாம்பு கடித்து இறந்துவிட்டதால் மாரியம்மாளை இரண்டாவதாகத் திருமணம் செய்துகொண்டான். முதல் மனைவிக்குப் பிறந்தவள்தான் லலிதா. பதினைந்து வயதைக் கடந்த லலிதாவைப் பற்றி அக்கறைகொள்ளக்கூடிய நபர் என்றால் அது எடமிச்சியான்தான். லலிதாவுக்கும் எடமிச்சியான் தாத்தா மீது கொள்ளப் பிரியம். எடமிச்சியானைத் தவிர லலிதாவை ‘ஊமச்சி’ என்றேதான் அழைப்பார்கள்.

கன்னியம்மனுக்கு என்று மல்லை கடற்கையில் கோயில் இல்லை என்றாலும், வெளியூரிலிருந்து கொண்டுவரப்பட்ட கன்னியம்மன், காத்தவராயன் சிலைகளை அலங்காரம் செய்து கடலைப் பார்த்தவாறு கூடாரம் அமைத்து வழிபடுவார்கள்.

அங்கேயும் சிலர் சடங்குகளைச் செய்வார்கள். முருகன் நினைவு வந்ததும், கன்னியம்மனைக் காண லலிதா கோயிலுக்கு அருகே வந்தாள். அவளுக்கு முன்பாகவே முருகன் அங்கு காத்திருந்தான்.

பிற்பகல் பொழுதில் கடற்கரை சுடுமணலில் இருவரும் நடக்கத் தொடங்கினார்கள். மீன் வறுவலை வாங்கித் தின்றுகொண்டே மாமல்லபுரம் நகரை நோக்கி கால்கள் சென்றன. அங்கே ஜோடி ஜோடியாகச் சுற்றிக்கொண்டிருந்த வெளிநாட்டு சுற்றுலாப் பயணிகள், டூரிஸ்ட் கைடுகள், குடும்பம் குடும்பமாக வந்துள்ள வடநாட்டு பயணிகள், சுற்றுவட்டாரத்திலிருந்து வந்த காதல் ஜோடிகள் என பரபரப்பான நகரச் சூழலில் மான் கூட்டத்தில் புகுந்த கன்றுக்குட்டிகளைப் போல இவர்களும் கலந்தார்கள். ஐந்துரதம், அர்சுனன் தபசு, பங்கிங்காம் கால்வாய் எனச் சுற்றித்திரிந்தார்கள். கடற்கரைக்குத் திரும்பும் வழியில் லலிதா கழுத்துக்கு மணி வாங்கிக் கொடுத்தான் முருகன். கழுத்தில் போட்டுக்கொண்டு 'நல்லா இருக்கா?' என்பதுபோல முகபாவனை செய்தாள். முகம் மலர தலையசைத்துப் புன்னகைத்தான் முருகன்.

ஸ்தல சயன பெருமாள் கோயில் குளத்தைத் தாண்டியதும், "பச்ச குத்திக்கப்போறேன். உம் பேரு இன்னா?" என்றான். சின்ன வயதில் 'லலிதா' என பெயர் வைத்தாலும், 'ஊமச்சி' என்ற பெயரே அவளுக்கு நிலைத்திருந்தது. குடும்பத்தினருக்கு மட்டுமே தெரிந்த 'லலிதா' என்ற பெயரை எப்படி சைகையால் சொல்வது எனத் தெரியாமல் தவித்தாள்.

"சொல்லாட்டி பரவாயில்ல, எழுதிக் காட்டுவியா?"

'இல்லை' என்பதுபோல தலையசைத்தாள்.

பேருக்கான அடையாளங்களை சைகையால் சொல்லச் சொன்னான். அவள் பலவாறு முயன்றும் சொல்ல முடியாமல் திணறினாள். கண்களில் நீர் கோத்துக் கலங்கினாள்.

''சரி வுடு... உனக்கு நானே ஒரு பேர் வெக்கிறேன்''

சிரித்துக்கொண்டே தலையசைத்தாள்.

''கன்னியம்மா... நம்ம சாமி பேர்தான். ஈசியா இருக்கும். யாரு கேட்டாலும் டக்குன்னு சொல்லிடலாம். புடிச்சிருக்கா?''

முகத்தில் வெட்கம் பூக்க, சரியென தலையாட்டினாள் லலிதா.

''கன்னியம்மான்னு அழகா குத்திவுடு. பக்கத்துல ஏதாவது நல்ல டிசைனா போட்டு வுடு'' என பச்சை குத்துபவனிடம் சட்டையைக் கழற்றி மார்பைக் காட்டினான் முருகன்.

பச்சை குத்துபவன் இடப்பக்க மார்பில் 'கன்னியம்மாள்' என எழுதி, கூடுதலாக சில டிசைன்களை சுற்றிலும் போட்டுவிட்டான்.

கடற்கரையில் இருந்த குடில்களில் இடையிடையே புகுந்து வந்து வெண்நுரை அலையில் கால்களை நனைத்தார்கள். தெற்கு நோக்கி நீண்ட தூரத்திற்குப் பயணித்தார்கள். அங்கு ஆட்கள் நடமாட்டம் குறைவாகவே இருந்தது. பௌர்ணமி என்பதால், கடல் அலைகள் வழக்கத்தைவிட சற்று ஆக்ரோஷமாகச் சீறிக்கொண்டிருந்தன.

''தண்ணியில எறங்கி குளிக்கலாம் வா'' என லலிதாவின் கையைப் பிடித்து அழைத்தான் முருகன். இடுப்பு வரை அலைகள் மோதிச் செல்லும் தூரத்தில் துள்ளி விளையாடினார்கள். சில அலைகள் அவர்களைத் தள்ளாடச் செய்தன. முருகனின் கைகளை இருக்கமாகப் பிடித்துக்கொண்டாள் லலிதா. இருவரும் கடலில் முழுவதுமாக நனைந்து மகிழ்ந்தார்கள்.

''இல்லி பூச்சி புடிக்கலாமா?'' என்றான் முருகன்.

எல்லோராலும் இல்லி பூச்சிகளைப் பிடித்துவிட முடியாது. வேகமும் யுக்தியும் அனுபவம் மிக்கவர்களே இல்லி பூச்சி பிடிப்பதில் இறங்குவார்கள். அலைகள் கரையை உரசி, உள்வாங்கும் நேரத்தில் வெளிப்படும் இல்லி பூச்சியைக் கண்டால் வேகமாகச் சென்று

மணலைத் தோண்ட வேண்டும். கைக்குள் அகப்பட்டதைப் பக்குவமாய்ப் பிடித்துச் சேகரிக்க வேண்டும். முருகனோடு போட்டியிட்டு இல்லி பூச்சி பிடித்துச் சேகரித்தாள் லலிதா. சில கடல் மட்டிகளும் அவர்களுக்கு அகப்பட்டன. அவர்களுக்குத் தேவையான அளவு கிடைத்ததும் தூரத்து மர நிழலில் அமர்ந்தார்கள். காய்ந்த சுள்ளிகளைப் பொறுக்கி வந்த முருகன், தீ மூட்டி அவற்றைச் சுட்டுக்கொண்டிருந்தான். சுடச்சுட கையில் எடுத்து அதை ஊதி ஓட்டை உரித்து, செடியில் பிய்த்து வைத்த தழைகளின் மீது வைத்தாள் லலிதா. இருவரும் ருசித்து தின்றார்கள்.

'நான் வீட்டுக்குப் போகணும்' என பாவனை செய்தாள் லலிதா.

''செர்தான் போலாம் வா…'' என முருகன் எழுந்தான்.

முழுநிலவு கடலில் எழும்பிக்கொண்டிருந்தது. தங்க நிலவைச் சுட்டிக் காட்டி, விரல்களால் உச்சியில் நிறுத்தி "நடுராத்திரியில அந்தப் பாறையாண்டதான் இருப்பேன். நீயும் வந்துடு" எனச் சொன்னான். 'நான் வரமாட்டேன்' என்பதுபோல தலையசைத்துச் சிரித்துவிட்டுச் சென்றாள் லலிதா.

கன்னியம்மனிடம் குறிகேட்பதென்பது இருளர் வாழ்வியலின் ஓர் அங்கம். எந்த வேலையைத் தொடங்குவதானாலும் கன்னியம்மனிடம் குறிகேட்டுவிட்டுத்தான் அதைத் தொடங்குவார்கள். மரம் வெட்டுதல், செங்கல் சூலை வேலை என வேலை காரணமாக வெளியூர் செல்வதற்கு முன்பாகக் குறிகேட்பார்கள். குறிமேடையில் கன்னியம்மன் அருள் பெற்றவர் 'போக வேண்டாம்' எனக் குறி சொன்னால் எவ்வளவு பணம் கொடுத்தாலும் அந்த வேலைக்குச் செல்ல மாட்டார்கள். அதுபோல் மாசி மகத் திருவிழாவிற்கும் குறிகேட்டுவிட்டுத்தான் கிளம்புவார்கள். 'குடும்பத்திற்கு எந்தக் கஷ்டமும் வரக்கூடாது, நல்லபடியாய்ப் போய்வரணும், என கன்னியம்மனிடம் அப்போது வேண்டிக் கொள்வார்கள். அதுபோல் இன்றும் மாலை நேரங்களிலும் சிலர் தாம்பூலத்தட்டில் விபூதி,

குங்குமம், அகல்விளக்கு வைத்து ஆங்காங்கே கன்னியம்மனிடம் குறிகேட்டுக்கொண்டிருந்தார்கள்.

பௌர்ணமி நிலவு மேலெழுந்தது. கடற்கரை முழுவதும் கொண்டாட்டங்கள் கலைகட்டத் தொடங்கின. குடில்களுக்கு சற்று தொலைவில் பாக்கெட் சாராயம் விற்பனை சக்கை போடு போட்டது. வயதானவர்கள் முதல் இளசுகள் வரை ஆங்காங்கே குடித்துக்கொண்டிருந்தார்கள். சிலர் வாங்கிவந்து குடிலில் உள்ள மனைவியோடு பங்கிட்டுக் குடித்தார்கள். இருளர்களில் ஆண்களும் பெண்களும் எவ்வளவுதான் குடித்தாலும் பிறருடன் சண்டையிட்டுக் கொண்டோ, வம்பிழுத்துக்கொண்டோ இருப்பதை திருவிழாவில் காணவே முடியாது. அதுபோல் ஜோடியாகச் செல்பவர்களையும் கேலி, கிண்டல் செய்ய மாட்டார்கள். இதனால் ஒரு கடைநிலை காக்கிச் சட்டைக்காரர்கூட மாமல்லபுரம் கடற்கரையில் அந்த நாட்களில் தென்படமாட்டார்.

நிலவொளியில் கடற்கரை முழுவதும் ஆங்காங்கே குழுவாக தப்பட்டை இசைக்கும் சத்தம் கேட்டது. சினிமாப் பாடல்களின் மெட்டுக்களிலும் வார்த்தைகளிலும் தங்களுக்கேற்றாற்போல சிற்சில மாற்றங்களுடன் கன்னியம்மன் பாடல்களைப் பாடுவார்கள். அதற்கு தப்பட்டை அடித்தும், இரு கைகளிலும் தாளக்கட்டையை அடித்தும், கைகளைத் தட்டியும் இசைப்பார்கள். அதில் சிலர் உற்சாக மிகுதிகொண்டு ஆடுவார்கள். அப்போது வயது, ஆண், பெண், உறவுமுறை போன்ற பேதங்கள் கிடையாது. இரவெல்லாம் உற்சாகமாகக் கொண்டாடி பொழுதைக் கழித்துக்கொண்டிருப்பார்கள்.

நள்ளிரவு நெருங்கும் வேளையில் கன்னியம்மனிடம் குறி கேட்க இருளாயி குடும்பம் மும்முரமாக இருந்தது. குடும்பத்தில் மூத்தவரான எடமிச்சியான் நாடி நரம்பு தளர்ந்தவர். அவர் சொல். கன்னியம்மனின் சொல் போல வலிமை வாய்ந்தது. அவரின் பூஜை, கட்டுப்பாடுகள் நிறைந்தது. பல்லாயிரக்கணக்கானோர் நிறைந்திருந்த அந்தக்

கூட்டத்திலேயே அடவு வைத்திருக்கும் ஒரே நபர் அவர்தான். மண் வளையத்தில், ஆட்டுத்தோல் கொண்டு செய்யப்பட்ட அடவு அது. அடவு நடுவில் வெண்நிற பூவேலைப்பாடுகள் இருக்கும். அதன் மத்தியில் பொட்டு வைத்திருக்கும். அதை ஈச்சங் கசங்கில் பெட்டி செய்து, சுத்தமான வேட்டியால் போர்த்திப் பாதுகாக்கவேண்டும். அதன் மீது கவுச்சி படக் கூடாது. சுத்தமான இடத்தில் வைக்க வேண்டும். அதை வெளியில் எடுத்து வரும் நபர் செருப்பு அணியக் கூடாது. இப்படி பல கட்டுப்பாடுகள் அடவு வைத்து பராமரிப்பவருக்கு உண்டு. கிராமங்களில் திருவிழாவின்போது இசைக்க கன்னியம்மன் கோயிலில் அடவு வைத்திருப்பார்கள். அதை பாதுகாப்பது சிரமம் என வெளியூருக்குக் கொண்டு செல்ல கோயிலில் அனுமதிக்க மாட்டார்கள்.

கன்னியம்மனிடம் குறி கேட்க கடலை நோக்கியவாறு அமர்ந்திருந்தார் எடமிச்சியான். அவருக்கு சந்தனம், குங்குமம், சரடு, பூ மாலை அணிவித்தார்கள். அவர் எதிரே விறகுகளை வைத்து தீ மூட்டியிருந்தார்கள். தாம்பூலத் தட்டில் கற்பூரக் கட்டிகளைக் கொட்டிவைத்தாள் மாரியம்மாள். ஓர் அகலில் கற்பூரம் எரிய, இன்னோர் அகலில் சாம்பிராணி புகைந்துகொண்டிருந்தது. வலது கையில் சலங்கையைக் கட்டிக்கொண்டு, அடவை எடுத்து தீயில் வாட்டிக்கொண்டிருந்தார் எடமிச்சியான். மஞ்சளைக் கரைத்து அந்தக் குடிசையைச் சுற்றிலும் தெளித்தாள் மாரியம்மாள்.

முனியனும் மஞ்சள் வேட்டி சட்டை தரித்துக்கொண்டு, சரடு, மாலை, விபூதிப்பட்டை என பூஜை அலங்காரம் செய்துகொண்டு தரையில் பரப்பி வைத்திருந்த வேப்பிலையில் அமர்ந்தான். அவனுடைய தங்கை வள்ளியும் அதுபோல் முனியனுக்குப் பக்கத்தில் அமர்ந்தாள். நெருங்கிய உறவினர் சிலரும் சுற்றி அமர்ந்துகொண்டார்கள். வள்ளியின் குழந்தைகளும், முனியனின் குழந்தைகளும் குடிசையில் உறங்கிக்கொண்டிருந்தனர்.

கன்னியம்மனிடம் குறி கேட்கும்போது குடிசைக்குள் குடும்பத்தினரைத் தவிர வேறு யாரும் வரக்கூடாது. அதுபோல குறி சொல்பவருக்கு எதிரே யாரும் அமரக் கூடாது என்பது அவர்களின் மரபு. எடமிச்சியான் அடவு எடுத்து அடிக்கத் தொடங்கும்போது கண்களில் நீர் கோத்துக் கசிந்துகொண்டே இருந்தது. யாருக்கும் புரியாத, பாரம்பரியப் பாடல்களை மந்திரங்களாக ஒருவித ராகத்தோடு இழுத்து இழுத்துப் பாடினார் எடமிச்சியான். அவருடன் மாரியம்மாளும் அதே போன்று சேர்ந்து பாடிக்கொண்டிருந்தாள்.

செங்குத்தாக நிலவு ஒளிர்ந்துகொண்டிருந்தது. தீ மூட்டப்பட்ட விறகுகளில் இருந்து ஒளிக்கற்றைகள் எல்லோருடைய முகத்திலும் கதகதப்பாய்ப் படர்ந்திருந்தது. துடுப்பில்லாத படகாய் நூல் அறுந்த பட்டமாய் லலிதா மனம் அலைந்துகொண்டிருந்தது. ‘நள்ளிரவுக்குப் பிறகு முருகன் வருவதாகச் சொன்னானே. உண்மையில் வருவானா, விளையாட்டிற்குச் சொன்னானா?’ என முருகன் நினைவில் ஆழ்ந்திருந்தாள் லலிதா. ‘குறிகேட்டு முடிந்ததும் பாறையை நோக்கிச் செல்ல வேண்டும்’ என நினைத்துக்கொண்டாள்.

கற்பூரக்கட்டிகளை ஒவ்வொன்றாக எடுத்து வைத்துக்கொண்டும், சாம்பிராணி தூபம் போட்டுக்கொண்டும் எடமிச்சியானோடு சேர்ந்து மாரியம்மாள் தங்கள் குலதெய்வப் பாடலைப் பாடிக்கொண்டிருந்தாள்.

அரை மணி நேரம் கழித்து முனியனுக்கு லேசாக மூச்சிரைக்க ஆரம்பித்தது. கன்னியம்மனை வேண்டிக்கொண்டு மஞ்சள் நீரை மீண்டும் குடில் முழுக்கத் தெளித்தாள் மாரியம்மாள். எடமிச்சியான் அடவு அடிப்பதைத் தொடர்ந்துகொண்டே இருந்தார்.

முனியனுக்கு மூச்சிரைத்து உடல் நடுங்கியது முன்னும் பின்னும் உடலை அசைத்து ஆடத் தொடங்கினான்.

‘‘அம்மா தாயே... கன்னியம்மா வந்துட்டியா... இன்னாம்மா கொற ஒனக்கு?’’ என்றாள் மாரியம்மாள் பயபக்தியுடன்.

முனியன் வாய் திறக்கவில்லை.

''ஏதாவது கொற இருந்தா சொல்லும்மா...''

''என்பேர் பட்டத்துல ஒரு முடிகால் கொற வச்சிகீற. அதை கொண்டாந்து சேக்கலையே... அதனாலதான் ஒன் குடும்பத்துல கஷ்டம் இருக்கு.''

''அதுக்காகத்தானே வந்திருக்கோம். அந்தனை சிந்தனை இல்லாம உனக்குச் செய்ய முடியுமா? நீ முன்ன வந்து நிப்பியா?''

''எத நெனச்சியும் கவலப்படாத. நாலு பக்கமும் நான் நின்னு ஒனக்கு நடத்திக் கொடுக்கிறேன்.'' என்று முனியன் அருள்வாக்கு சொல்லி மயங்கினான். அவன் மீது தண்ணீர் தெளித்து வேறு இடத்தில் அமரவைத்தார்கள். பிறகு வள்ளியும் தன் பங்கிற்கு குறிசொல்லி சாய்ந்தாள்.

எடமிச்சியான் மட்டும் கண்களில் நீர் வழிந்தோட தொடர்ந்து வாசித்துக்கொண்டும் பாடிக்கொண்டும் அழுதான். அவனின் ஆழ்மனதில் ஏதோ ஒரு துயரம் இருப்பதாகவே எல்லோருக்கும் தோன்றியது. ஒருவழியாக குறிகேட்கும் நிகழ்வு முடிந்ததும், எல்லாவற்றையும் எடுத்து வைத்துக்கொண்டிருந்தார்கள்.

முருகனைப் பார்க்க வேண்டும் என மனதுக்குள் துடித்தாள் லலிதா. மந்திரித்து விட்டதுபோல் எழுந்து கடலை நோக்கி நடக்கத் தொடங்கினாள். அவர்கள் அடிக்கடி சந்திக்கும் பாறை அருகே வந்து நின்றுகொண்டிருந்தாள். அப்போதும் நிறைய பேர் கடலில் குளித்துக் கும்மாளமிட்டுக்கொண்டிருந்தார்கள். சிலர் தங்கள் இணையருடன் கரம் கோத்து கடற்கரையில் நடந்து சென்றுகொண்டிருந்தார்கள். முருகனை நோக்கியே அவளின் நினைவுகள் மூழ்கின. அவன் வராத ஒவ்வொரு நிமிடமும் யுகமாக முடிந்தது. நீண்ட நேரத்திற்குப் பிறகு பின்புறத் தோளில் யாரோ கை வைக்க, திரும்பினாள் லலிதா.

முருகனின் முகத்தைப் பார்த்தபின் அவளுக்கு அழுகையும்

சிரிப்பும் ஒருசேர வந்தன. அவனின் கையை ஓங்கி அடித்தாள். லலிதாவின் கரங்களைப் பற்றினான் முருகன். இருவரும் கடல் ஓரமாகக் கைகோத்து பேசிக்கொண்டே நடந்தார்கள். எந்த இலக்கும் இல்லாமல் கால்கள் இயல்பாக நடப்பது காதலில் மட்டுமே.

"நான் எப்பவோ வந்துட்டேன். நீதான் இப்ப வந்த. சீக்கிரம் வர்றதானே."

'சாமி கும்பிட்டோம். அதான் வர முடியல' என சைகை காட்டினாள் லலிதா.

நீண்ட தொலைவு நடந்தார்கள். ஆளரவம் குறைந்த மணல்வெளியில் அமர்ந்தார்கள். கலங்கரை விளக்கு ஒளி தரையில் படாமல் தலைக்கு மேல் சுற்றிச் சுற்றி வட்டமடித்துக்கொண்டிருந்தது. லலிதா சைகையால் அவனுடன் பேசிக்கொண்டிருந்தாள். தன் வாழ்நாளில் முதல்முறையாக தான் சைகையால் பேசுவதைக் கேட்கவும், ரசிக்கவும் ஒருவன் இருப்பதைக் கண்டு அவளுக்கு பேரானந்தமாக இருந்தது. கண்களில் நீர் கோக்க முருகன் மடியில் சாய்ந்தாள் லலிதா.

தலையைக் கோதிக்கொண்டே அவனும் தன்னுடைய அன்பை வெளிப்படுத்தினான். நேரமாக நேரமாக இருவருக்கும் பேசிக்கொள்ள வார்த்தைகள் எழவில்லை. லலிதாவை வாரி அணைத்து நெற்றியில் முத்தமிட்டான். தள்ளுவதா, அணைப்பதா எனத் தெரியாமல் தகித்தாள் லலிதா. கரும்பு காட்டிலும், செங்கல் சூலையிலும் வாட்டியெடுத்த தேகத்தில் முதல்முறையாக புதுவிதமான ஸ்பரிசத்தை உணர்ந்தாள். அவளின் கைகள் முருகனை இருகப் பற்றிக்கொண்டன. இருவரும் இரண்டற கலந்தார்கள். அதன் பிறகு நீண்ட நேரம் அவர்களுக்குள் வார்த்தைகள் எழவில்லை.

'நாளைக்கே நாம கல்யாணம் பண்ணிக்கலாமா?' என்பது போல சைகை காட்டினாள்.

''வீட்டுக்குச் சொல்ல வேண்டாமா? புதுத் துணி, தாலி, மாலை எல்லாம் வேணுமே. வேணும்னா ஒண்ணு பண்ணலாம். நாளைக்கு காலையில வெடிஞ்சதும் கன்னியம்மா கோயிலுக்கு எங்க வூட்ல வருவாங்க. அங்க வச்சு உன்னத்தான் கல்யாணம் பண்ணிக்கப் போறேன்னு சொல்றேன். அடுத்த வருஷம் கல்யாணம் பண்ணிக்கலாம். செர்தானா?''

'நாமத் தாலியா, பொட்டுத் தாலியா?' விரல்களால் வினவினாள்.

''பொட்டுத்தாலிதான் கட்டுவோம்''

'நாங்களும்தான்' என நெஞ்சில் கைவைத்து தலையசைத்தாள் லலிதா.

தெற்கத்திய இருளர் மக்கள் சிவ வழிபாடு உடையவர்கள். அதனால் பட்டை, தென்னங்கீற்றுத் தாலி கட்டிக்கொள்வார்கள். வடக்கத்திய மக்கள் நாமத் தாலி பொட்டுத் தாலி கட்டிக்கொள்வார்கள்.

இருவரும் எழுந்து, வந்த வழியே நடக்கத் தொடங்கினார்கள். நள்ளிரவுக்குப் பிறகு கடல் ஓரத்தில் கன்னியம்மன் வழிபாடு தொடங்கிவிடும் என்பதால் கடற்கரை முழுவதும் ஆரவாரமாக இருந்தது.

மாசிமகத்தன்று சப்த கன்னிமார்களும் ஆகாயத்திலிருந்து கீழிறங்கி கடலில் நீராடிவிட்டுப் போவதாக ஐதீகம். ஏழு கன்னிகளின் அடையாளமாகவும், அவர்கள் ஏழு படி ஏறி, ஏழு வடத்தில் ஆகாயத்திற்குச் சென்று சூரிய பகவானை வணங்குவதன் அடையாளமாகவும் மணலில் ஏழு படிகளை அமைப்பார்கள். நள்ளிரவு தொடங்கியதும் கன்னியம்மன் வழிபாடும், விடியற்காலையில் மொட்டையடித்தல், காது குத்துதல், திருமணம் என சுபநிகழ்வுகளும் நடைபெறும்.

அலைகள் உரசும் மணல் சரிவில் மணலை கோபுரமாகக் குவித்து கன்னியம்மனை எழுப்பி, சப்த கன்னிகளுக்கு ஏழு படிகள் அமைத்து,

பூஜை பொருட்களைக்கொண்டு அலங்காரம் செய்வார்கள். கன்னியம்மனுக்குப் பின்புறமாக நான்கு கொம்புகள் நட்டு, வேப்பிலை பந்தலிட்டு, அதன் மீது மணல் கொட்டி, மூன்று கல் வைத்து, விறகு வைத்து புதுப்பானையில் பொங்கல் வைப்பார்கள். சுமார் நான்கு அடி உயரத்தில் உள்ள ஆகாயப்பந்தலில் பொங்கலிட்டு, துள்ளுமாவு, வெல்லம் சேர்த்துப் படையலிடுவது வழக்கம். கன்னியம்மன் பாட்டுப்பாடி, குறிகேட்டு, காது குத்து, முடியெடுத்தல், நிச்சயம் செய்தல், திருமணம் செய்தல் போன்ற சுப நிகழ்வுகள் கடற்கரை முழுவதும் நடந்து கொண்டிருந்தன. ஒவ்வொருவரும் தங்கள் வசதிக்கேற்ப அலங்காரம், பூஜை பொருட்களைக் கொண்டு தங்களின் வேண்டுதலை நிறைவேற்றிக் கொண்டிருந்தார்கள். இந்தக் கொண்டாட்டங்களையெல்லாம் இருவரும் பார்த்துக்கொண்டே வந்தார்கள்.

இரு கைகளைக் கூப்பி 'நாமளும் சாமி கும்பிடலாமா?' என பாவனை செய்தாள் லலிதா.

இதை கேட்டு மகிழ்ச்சியில் திளைத்தான் முருகன். "அந்தப் பக்கமா யெடம் காலியா இருக்கு" என பக்கத்தில் காலியாக இருந்த இடத்திற்கு அழைத்துச் சென்றான்.

இருவரும் சேர்ந்து சிறிய அளவில் ஈரமணலைக் குவித்து கன்னியம்மனை எழுப்பினார்கள். ஏழு படிகளைச் செய்தான் முருகன். கடல் சிப்பிகளைக்கொண்டு கன்னியம்மனை அலங்கரித்தாள் லலிதா. பக்கத்தில் இருந்த கடையில் சில பூஜை பொருட்களை வாங்கி வந்தான் முருகன். கற்பூரம் ஏற்றி இருவரும் வழிபட்டார்கள். கன்னியம்மனை வேண்டி விபூதியையும் குங்குமத்தையும் லலிதா நெற்றியில் இட்டான். லலிதா உச்சி குளிர்ந்தாள். பிறகு ஆளுக்கு ஒரு திசையாக அங்கிருந்து நகர்ந்தார்கள்.

லலிதா குடிலுக்கு வந்தபோது, எல்லோரும் உறங்கிக் கொண்டிருந்தார்கள். குடிலுக்குள் ஓரமாகப் படுத்து போர்வையிட்டுக்

கொண்டாள். மேற்கே நகர்ந்த முழு நிலவு தன்னையே உற்றுப் பார்ப்பதாக நினைத்துக்கொண்டாள். அந்தகாரப் பொழுதில் வானில் இறைந்து கிடந்த நட்சத்திரங்கள் அவளுக்கு நெருஞ்சி முட்களாய்த் தோன்றின. அவை முருகனை நினைவுப்படுத்திக்கொண்டே இருந்தன.

உடலெங்கும் ஏற்பட்ட இனம் புரியாத பரவசத்தால் கடல் அலைகளில் இறங்கி கும்மாளமிட்டுக் கொண்டிருந்தான் முருகன். மோதும் அலையில் எதிரே நின்றுக் "கன்னியம்மா..." என உரக்கக் கத்தினான். அலைகளோடு நீந்தினான்; ஆர்பரித்தான்.

நிலவு மங்கி மறைந்து, கிழக்கு வெளுத்திருந்தது. லலிதா, கன்னியம்மன் சிலையருகே வந்து காத்திருந்தாள். கடலில் குளிப்பது, குறி கேட்பது, சடங்குகள் செய்வது என எல்லோரும் மும்முரமாக இருந்தார்கள். 'முருகன் எப்போது வருவான்?' என அலைகள் ஓரமாகவே அங்கும் இங்கும் நடந்து கொண்டிருந்தாள் லலிதா. சில மணிநேரம் காத்திருந்தும் கடைசிவரை முருகன் வருவதாகத் தெரியவில்லை. கண்கள் அலைபாய்ந்தன. அழுகை பீரிட்டது. கேவினாள். விரக்தியில் குடிலுக்குச் சென்றாள்.

"தே இங்க வா..." என லலிதாவை அருகே அழைத்த மாரியம்மாள், தலை வாரி, பூ வைத்துவிட்டாள். சோற்றை தட்டில் போட்டுக்கொண்டு, மீன் குழம்பை ஊற்றிக் கொடுத்தாள். ஒவ்வொரு பிடி சோறும் அவளுக்குக் கசப்பாய் உள்ளிறங்கியது.

"தே பாரு... மீன் புடிக்கப் போறாங்க, அங்க இங்க சுத்தாம கூட போய்ட்டு வா" என்றாள் மாரியம்மாள்.

மீன் பிடிக்க ஆவலாக இருந்த சிலரை அழைத்துக்கொண்டு பக்கிங்காம் கால்வாய்க்குச் சென்றான் முனியன். அவர்களுடன் லலிதாவும் சென்றாள். மதியம் வரை அங்கே இருந்து மீன் பிடித்துவிட்டு கொண்டாட்டமாகத் திரும்பினார்கள். லலிதா மட்டும்

தூண்டில் மீனாய்த் துடித்துக்கொண்டிருந்தாள். குடிலுக்கு வந்ததும் முருகனைப் பார்க்க வேண்டும் என மீண்டும் கடல் ஓரத்திற்குச் சென்றாள். அவன் குடில் இருக்கும் பகுதிக்குச் சென்றாள். ஆனால் அவனுடைய குடில் எதுவென்று அவளுக்குத் தெரியாது. பல்லாயிரக்கணக்கானோர் உள்ள இடத்தில் அவனை எப்படித் தேடுவது? விசாரிப்பதற்கு அவளிடம் மொழியும் இல்லை. துணிவும் இல்லை. மாலை வரை முருகனின் முகத்தைக் காண அங்குமிங்குமாக அலைந்துகொண்டிருந்தாள்.

'காலையில் வருகிறேன் எனச் சொன்னவன், சொல்லாமலேயே ஊருக்குப் போய்விட்டானே' என ஏங்கினாள். இருட்டியதும் மீண்டும் கடல் ஓரத்திற்கு வந்தாள், கூட்டமாக இருக்கும் பகுதிகளிலெல்லாம் அலைந்து திரிந்தாள். நள்ளிரவிலும் அவளின் தேடுதல் தொடர்ந்தது. விரக்தியில் குடிலுக்கு வந்து பெட்டிப் பாம்பாய்ச் சுருண்டு படுத்துக்கொண்டாள்.

மாசி மகத்திற்கு அடுத்த நாள் காலையில்தான் கன்னியம்மனுக்கு முனியனின் குடும்பத்தினர் வேண்டுதல் செய்ய இருந்தார்கள். விடியற்காலையில் கடலில் குளித்து, மணலைக் குவித்து கன்னியம்மனை எழுப்பி, ஏழு படிகள் செய்து, ஆகாயப் பந்தலில் பொங்கலிட்டு வேண்டினார்கள். மாரியம்மாளின் குழந்தைகளுக்கு முடியெடுத்தார்கள். எடமிச்சியான் அடவு அடித்துக் கொண்டிருந்தார். சுற்றி இருந்தவர்கள் கன்னியம்மனை வேண்டிக்கொண்டிருந்தார்கள்.

முருகனின் நினைவுகள் லலிதாவைப் புரட்டியெடுத்தன. பூஜையின்போது எப்போதும் சாந்தமாக நின்றுகொண்டிருக்கும் லலிதா, திடீரென உக்கிரம்கொண்டாள். வேகமாக மூச்சிரைத்தாள். கன்னியம்மன் எதிரில் பாய்ந்து, மண்டியிட்டு கண்களை விரித்து, அடிவயிற்றிலிருந்து உரக்கக் கத்தினாள். கைகளை தரையில் ஓங்கிக் குத்தி, தலையைச் சுழற்றி, நாக்கைத் துருத்தி அழுத்திக் கடித்தாள். பூஜை பொருட்களை எடுத்து வீசினாள். மணல் கன்னியைச்

சிதைத்தாள். அடி வயிற்றிலிருந்து எழுந்த அவளின் குரல் எல்லோரையும் மிரட்சிக்குள்ளாக்கியது. சுற்றி இருந்தவர்கள் எல்லோரும் அவளையே நோக்கினார்கள். நீண்ட நேரத்திற்குப் பிறகு மூர்ச்சையானாள். அவள் மீது தண்ணீர்த் தெளித்து சாந்தப்படுத்தினாள் வள்ளி.

மகத்திற்கு வந்தவர்களில் பெரும்பாலானோர் காலையிலேயே குடிலைப் பிரித்து மூட்டை முடிச்சுகளோடு ஊருக்குக் கிளம்பினார்கள். அவர்களோடு முனியனின் குடும்பமும் ஊருக்குக் கிளம்பியது. கோபித்துக்கொண்டு கடலுக்குச் சென்ற கன்னியம்மனை பூஜை செய்து, சாந்தப்படுத்தி தங்கள் வீட்டிற்கு அழைத்துச் செல்வதுதான் மாசி மக வழிபாடு. லலிதா உடலளவில் அமைதிகொண்டாளே தவிர, மனம் சாந்தம் அடையாமலேயே உக்கிரமான கன்னியம்மனாக அவர்களுடன் சென்றாள்.

மாமல்லபுரம் காவல் நிலையத்திற்கு வெளியே ஓரமாக முருகனின் குடும்பத்தினர் தரையில் உட்கார்ந்துகொண்டிருந்தார்கள். எஸ்.ஐ. தனஞ்செயன் போன் பேசிக்கொண்டே வெளியே வந்தார்.

‘எத்தனை மணிக்கு?’

‘யார் மொதல்ல பார்த்தது?’

‘சரி, அங்கேயே இருங்க. கௌம்பிட்டேன்... இதோ வந்துடுறேன்’ என முருகன் குடும்பத்தினரை நோக்கி வந்தார்.

‘‘பாடி ஒன்று ஒதுங்கி இருக்குதுன்னு சொல்றாங்க. யாராவது ஒருத்தங்க என் கூட வாங்க’’ எனச் சொல்லிவிட்டு பைக்கை எடுத்தார். அவருடன் முருகனின் அப்பா ஜக்கையன் ஏறிக்கொண்டார்.

‘‘கடல்ல இறங்கி குளிக்காதீங்கன்னு சொன்னா யாரும் கேட்கிறதில்ல. வருஷத்துக்கு ஏழெட்டு பேராவது இங்க வந்து சாகறாங்க. நாங்களும் எவ்வளவுதான் சொல்றது. பையனுக்கு என்ன வயசு?’’

''பத்தொன்பது''

''முகம் சரியா தெரியலயாம். ஒடம்புல ஏதாவது அடையாளம் இருக்கா?''

''நெஞ்சுல 'முருகன்'னு பச்சை குத்தியிருக்கும்.''

''சரி பயப்படாத. அப்படியெல்லாம் ஒண்ணும் நடக்காது. தைரியமா இரு.''

தமிழ்நாடு டூரிஸ்ட் ரிசார்ட் பின்புறமாக உள்ள கடற்கரையில் ஒதுங்கி இருந்த உடலைப் பார்த்தார்கள். காக்கைகள் முகத்தைக் கொத்திச் சிதைத்திருந்தன.

''சரியாப் பார்த்து சொல்லு?'' என்றார் எஸ்.ஐ.

துண்டால் வாயைப் பொத்திக்கொண்டே தலையசைத்து கதறினார் ஜக்கையன்.

பிணத்தின் சட்டை பட்டனை இடதுபக்கம் விளக்கிய தனஞ்செயன், 'முருகன்'னு பச்சை குத்தி இருக்கும்னு சொன்ன. 'கன்னியம்மா'ன்னு இருக்கு.

முருகனின் தலையருகே முட்டிபோட்டு அழுதுகொண்டிருந்த ஜக்கையன், வலது பக்கம் சட்டையை விளக்கி முருகன் பெயரைக் காட்டினார்.

''அப்ப இந்தப் பேரு யாரோடது?''

''எங்க குலதெய்வம்யா...''

''கம்லெய்ன்ட்டுன்னு வந்துட்டா பாடிய வாங்க ரெண்டு நாளாவது அலைய வேண்டியிருக்கும். இன்ஸ்பெக்டராண்ட பேசி எல்லாத்தையும் சீக்கிரம் முடிச்சுக் குடுக்கச் சொல்றேன்'' என ஜக்கையனின் தோளில் கை வைத்து ஆறுதல் சொன்னார் தனஞ்செயன். நான்கு நாட்களுக்கு மேலாய்க் கொண்டாட்டத்தில் இருந்த கடல் வெறிச்சோடியிருந்தது.

மூன்று வருடங்கள் உருண்டோடிய நிலையில், வழக்கம்போல மாசி மகத்தில் மல்லைக் கடல் இருளர்களால் ஆர்ப்பரித்துக் கொண்டிருந்தது. கடற்கரை மணல்வெளியில் நடந்துகொண்டிருந்தாள் லலிதா. கண்களில் இன்னும் தேடல் குறைவதாய் இல்லை. தூரத்தில் தெரியும் விடலைப் பருவத்தையொத்த உருவம் ஒவ்வொன்றும் அவளின் கண்களுக்கு முருகனாகவே தெரிகிறார்கள். அவளின் மார்புக் கூட்டுக்குள் புதைந்திருந்த மஞ்சள் கயிற்றில், பெரும் பாரமாய் கனத்துக் கொண்டிருந்தது பொட்டுத் தாலி.

'அம்மா' என ஓடி வந்து அணைத்துக்கொண்டது இரண்டு வயதுக் குழந்தை.

மீண்டும் கோமதி

'உய்ய்ங்ங்ங்...' சூடு தாளாமல் விசிலடித்து அலரிக் கொண்டிருந்தது பிரெஷர் குக்கர். சூடான ஆவியில், மசாலா வாசனையைக் கலந்து பீய்ச்சி அடித்துக்கொண்டிருந்தது ரெகுலேட்டர். ''எடுத்ததே அரக் கிலோ கறிதான். கத்தி ஊரக் கூட்டி கூப்பாடு போட்டுறும்போல இந்தக் கூறுகெட்ட குக்கரு'' விசிலுக்குப் பக்கவாத்தியமாய் நங்... நங்... எனப் பருப்பு பாயாசத்திற்கு ஏலக்காயை இரும்பு உரலில் இடித்துக்கொண்டே முணுமுணுத்தாள் ஆனந்தி.

வாரத்திற்கு இரண்டு நாளாவது மசாலா மணக்கும் வீட்டில், மாதத்திற்கு ஓரிரு நாள் அசைவம் என்பதே இப்போதெல்லாம் அதிசயம்தான். அதிலும் ஆனந்தி ஆட்டுக்கறி சமைத்து ஆறு மாதத்திற்கு மேலாகிவிட்டது. ஆட்டுக்கறி நினைப்பெடுத்தாலே கணேசனுக்கு வாயில் எச்சில் நமநமக்க ஆரம்பித்துவிடும். சிலநேரங்களில் வறுத்த முட்டையை ஆட்டுக்கறியாய் நினைத்துக் குதப்பி விழுங்கிக் கொள்வான். நீண்டதோர் இடைவெளிக்குப் பின் மட்டன் மசாலா கணேசனின் மூக்கைத் துளைத்தெடுத்தது. அனிச்சையாய் நாக்குக்குக் கீழ் உமிழ்நீர் ஊற்றெடுத்தது. மட்டன் பிரியாணி விருந்துக்கு மனதளவில் தயாராகிக்கொண்டிருந்தான் கணேசன்.

ஒரு வருடத்திற்கு முன்புவரை வேகமும் பாய்ச்சலுமாக இருந்த கணேசனை முடக்கிப்போட்டது ஒரு சிறுவிபத்து. பிரபல ஆன்லைன் உணவு டெலிவரி செய்யும் நிறுவனத்தில் வேலை செய்து கொண்டிருந்தான் கணேசன். டெலிவரிக்காக விரைந்து கொண்டிருந்தபோது திடீரென நாய் குறுக்கே வந்ததில், நிலைதடுமாறிக் குப்புறவிழுந்த கணேசன் மீது டூ வீலரும் விழுந்தது. 'குதிக்கால் எலும்பு க்ராக் ஆகிவிட்டது. சரியாகும் வரை நீங்க நடக்கவே முடியாது' என எக்ஸ்ரேவைப் பார்த்து டாக்டர் சொன்ன போது, கணேசன் கண்களில் நீர் கோத்துக்கொண்டது. அப்போது முதல் குடும்பத்தில் செலவுக் கணக்கு மட்டுமே எழுதப்பட்டுக் கொண்டிருந்தது. கட்டுபோடும் செலவிற்கும், மூத்தவன் படிப்புச் செலவிற்கும் நகைகள் அடகு வைக்கப்பட்டன. போதாதென்று கைமாற்றாக வாங்கிய கடனில் ஒருவருடமாக ஓடிக்கொண்டிருந்தது வாழ்க்கை. கடந்த ஒரு வாரமாகத்தான் வீட்டை விட்டு வெளியில் நடைபழகத் தொடங்கினான் கணேசன்.

'எலும்புலாம் இப்ப சரியாய்டுச்சு. ஆனா, வண்டி ஓட்டக்கூடாது. கிக்கரை உதைச்சா கூடுன எலும்பு விரிசலாயிடும். இன்னும் ஒரு மாசமாவது ரெஸ்ட்ல இருக்கணும். அப்பப்ப நடக்கணும், ஆனா, பளு தூக்கக் கூடாது; படி ஏறக் கூடாது. படுக்கும்போது காலுக்கு தலையணை வெச்சிக்கணும்' கடந்த ஒருவாரத்திற்கு முன் கணேசனுக்கு டாக்டர் அரவிந்த் கொடுத்த போதனை இது.

'பெரியவன் ரெண்டாவது போவப்போறான். ஸ்கூல் ஃபீஸ் கட்டணும், சின்னவனை எல்.கே.ஜி சேக்கணும். 'மீசை' மணிக்கு வேற வட்டி கட்டணும். ரெண்டுமாசம் கழிச்சா பழையபடி கொஞ்சம் கொஞ்சமா சம்பாதிக்க ஆரம்பிச்சுடலாம். கடனைக் கட்டிடலாம், நகையை மூட்டுக் கொடுத்துடலாம்.' எனக் கடந்த சில நாட்களாகவே ஆனந்தியிடம் உற்சாகமாகச் சொல்லிக்கொண்டிருந்தான் கணேசன். மெள்ள மெள்ள உடல் தேறிவந்ததில் தெம்பும் கூடிக்கொண்டே இருந்தது. அதே தெம்பில்தான் ஹாலில் பாயைப் போட்டுப்

படுத்தவாறே வாட்ஸ்அப்பில் மூழ்கியிருந்தான். அவனுக்கு இன்றுதான் பிறந்தநாள்! அதற்காகத்தான் இந்த மட்டன் பிரியாணி விருந்தெல்லாம்!

''ரொம்பநாள் கழிச்சு மட்டன் வாசன மூக்க தொளக்குது. கருக விட்டுட போற... பாத்துப் பக்குவமாய் எறக்குடி.''

''ம்... பத்து நிமிஷத்துல எல்லாம் ரெடியாகிடும். பசங்க எங்க போய்டானுங்க?''

''வெளயாடப் போய் இருப்பாங்க. பொறுமையாத்தான் வரட்டுமே.''

சமையலை முடித்த ஆனந்தி, படுத்திருந்த கணேசனின் தலைக்குப் பின்புறமாக சுவரில் சாய்ந்தபடி அமர்ந்தாள். கணேசன் கையிலிருந்த செல்போனை வாங்கினாள். 'வாங்கினாள்' என்பதைவிடப் 'பிடுங்கினாள்' என்பதே பொறுத்தமாக இருக்கும். வாட்ஸ்அப்பில் வாழ்த்து தெரிவித்த ஒரு சிலரைத் தவிர நிறைய பேர் புதிதாகவே தெரிந்தார்கள் ஆனந்திக்கு.

''ஏதாவது வாழ்த்து வந்தா ரிப்ளை போடு. தமிழ்னா தமிழ்ல; இங்லீஷ்னா இங்லீஷ்ல'' திரும்பிப் படுத்துக்கொண்டான் கணேசன்.

''ம்...''

''பொறந்த நாளானா எங்கம்மா காலையிலேயே போன் பண்ணுவாங்க. இன்னும் ஆளக் காணோம்.''

''ஏதாவது வேலையா இருப்பாங்க. நீங்கதான் போன் பண்றது.''

''சாயங்காலமா பண்ணிக்கலாம்.''

''சிவபாலன் யாருங்க?''

''அவன் எங்கூட ஸ்கூல்ல படிச்சவன். திருப்பதியில செட்டிலாகிட்டான்.''

''இது யாரு 'பன்னி'?!, இப்படியா பேரை சேவ் பண்ணுவீங்க?''

''காலேஜ் மெட். பன்னிமாதிரிதான் இருப்பான். அவன அப்படித்தான் கூப்பிடுவோம். இப்ப புனேவுல மேனேஜரா இருக்கான்.''

''பேரை மாத்திடவா?''

''பன்னி'ய டெலிட் பண்ணாத... வேணும்னா 'மாதவன்'னு அடிஷ்னலா சேத்திடு. அப்பதான் டக்குன்னு ஞாபகம் வரும்.''

''உங்களுக்கு இவ்வளோ ஃபிரெண்ட்ஸ் இருக்காங்களா? ஏப்ரல் ஒண்ணு ஆனா வருஷா வருஷம் கரெக்டா வாழ்த்து சொல்றாங்களே, முட்டாள் தினம்ங்கிறதால ஞாபகம் வெச்சிருக்காங்ளோ என்னவோ! எனக்கும்தான் இருக்காங்களே, ஒருத்தியும் லைன்ல வரமாட்டேங்குறா.''

''என் பொறந்தநாள மட்டும் எவன்டி ஞாபகம் வெச்சிருக்கப் போறான். ஃபேஸ்புக், வாட்ஸ்அப்னு வந்ததுக்கப்புறம்தான் இதெல்லாம் அதிகமாயிடுச்சு. அதுக்கு முன்ன ஒரு பய கண்டுக்க மாட்டான். இப்போ முன்னபின்ன தெரியாத எவனெவனோ வாழ்த்து சொல்றான். எல்லாம் 'AI' தான் காரணம்.''

''அப்டீன்னா''

''ஆர்ட்டிஃபீஷியல் இன்டலிஜென்ட்னு சொல்வாங்க. இன்டர்நெட் மூலமா இது நம்மைக் கண்காணிச்சுக்கிட்டே இருக்கும். உனக்குப் புடிச்சது, உனக்குத் தேவையானது எல்லாமே இன்டர்நெட்ல போனா தானா வந்துடும். அதப்பத்தி பேசானா இப்ப ஒனக்கு ஒண்ணும் புரியாது.''

''என்ன எழவோ... எனக்குத்தான் ஃபேஸ்புக்கூட கெடையாதே''

''பட்டன் போன் இருக்குற வரைக்கும் உனக்கு பெருசா எந்தத் தொந்தரவும் இல்லை. நிம்மதியா இருக்கலாம்.''

''மெசேஜ் ஏதாவது வந்திருக்கான்னு பாரு.''

''பேங்க்ல இருந்தெல்லாம் இருந்து மெசேஜ் வந்திருக்கு! கிரெடிட் கார்டு, ஜேகே ஹோம் ஃபினான்ஸ், சுஹானா ஜுவல்லரி, எஸ்.கே. பிளெட் பேங்க், டைடன்... ஃப்ரெண்ட்ஸ் ஒருத்தரும் மெசேஜ் அனுப்பல. எல்லாமே கம்பெனிக்காரங்க மெசேஜ்தான்... ரிப்ளை பண்ண முடியாது.''

''இவனுங்களையெல்லாம் மெசேஜ் அனுப்பச் சொல்லி யாரு கேட்டான்? பத்து வருஷத்துக்கு முன்ன சுஹானா கடையில ஃபிரெண்டுக்கு மோதிரம் எடுத்தப்ப, 'சார் பர்த்டேவுக்கு விஷ் பண்ணி மெசேஜ் அனுப்புவோம். உங்க பேரு, செல்போன் நம்பர், பொறந்த தேதிய எழுதிக் கொடுங்க'னு கடைக்காரன் ஒரு ஸ்லிப்பக் கொடுத்தான். நாம வந்தது ஞாபகம் இருக்கட்டும்னு ஃபிரெண்ட் ஒருத்தன் என்னோட டீட்டெய்ல்ஸை எழுதிக் கொடுத்திட்டான். பெரிய கம்பெனியில இருந்து நமக்குக் கூட விஷ் பண்றாங்களேன்னு, அப்ப அது பெருமையா இருந்தது. அப்புறம் ரெண்டு மாசம் கழிச்சு அவனுக்கு தெரிஞ்சவங்க ஒருத்தருக்கு ரத்தம் கொடுத்தேன். பிளெட் பேங்க்ல என்னோட டீடெய்ல்ஸை சேவ் பண்ணி வெச்சிருக்கானுங்க போல. பத்து வருஷமா ஏப்ரல் ஒண்ணு ஆனா ஆட்டோமெட்டிக்கா மெசேஜ் வருது.''

''அன்நோன் நம்பர்ல இருந்து ஒரு மெசேஜ் வந்திருக்கு. டபுள் த்ரீ... டபுள் டூ... டபுள் ஒன்ல முடியுது. நம்பர் ஃபேன்சியா இருக்கு இல்ல!''

திடுக்கிற்றான் கணேசன். பதற்றத்தைக் வெளிக்காட்டாததுபோல, ''கொடு யாருன்னு பார்க்கலாம்!'' எனப் பிடுங்க முயன்றான்.

''சும்மா அப்டியே படுங்க, நானே பார்த்துச் சொல்றேன்.'' எனக் கையைத் தள்ளிவிட்டாள் ஆனந்தி.

கணேசனுக்கு இதயம் படபடத்ததுக்கொண்டிருந்தது. பிரியாணிக்காக ஊற்றெடுத்த உமிழ்நீர் அடங்கி, உடலெல்லாம்

குப்பென வியர்க்கத் தொடங்கியது. மெதுவாய் ''சரி, நீயே படி'' என்றான். கேஷுவலாக இருப்பதுபோல் காட்டிக்கொள்ள அவனுக்கு வேறு வழி தெரியவில்லை.

''To someone who makes my life a dream come true; I hope your birthday is more significant than life. - Yours Komathi.''- ஆங்கிலத்திலிருந்தது அந்தக் குறுந்தகவல்.

''யாருங்க கோமதி?''

''போன கொடு, பாத்துச் சொல்றேன்'' என மொபைலை வாங்கினான். மெசேஜைப் படிக்காமல் ஒன்றுக்கு பலமுறை அந்த எண்ணையே சரிபார்த்துக்கொண்டிருந்தான். வாழ்க்கையில் மறக்க முயன்ற, மறக்க முடியாத அதே எண்! வாழ்த்திலிருந்த பெயரும் அப்படித்தான்!

''என்கூட காலேஜ் படிச்சவ... கட்டையா, குள்ளமா வாத்து மாதிரி காலேஜ் வரும். வாத்துன்னுதான் அவள கலாய்ப்போம். இப்ப எங்க இருக்கிறானு தெரியல. முகம்கூட சரியா ஞாபகம் இல்ல. ஃபேஸ்புக்ல பார்த்திருப்பா. இப்பதான் வாழ்த்து சொல்றதே ஒரு ஃபேஷனா போச்சே. தெரிஞ்சவங்க, தெரியாதவங்க எல்லாருக்கும் வாழ்த்துச் சொல்ல ஆரம்பிச்சுட்டாங்க. அப்பதான் நமக்கும் திரும்பச் சொல்வாங்கன்னு நெனப்பு.''

''அந்தக் குள்ளவாத்து, வாழ்க்கையைவிட உங்க பொறந்தநாள் தான் முக்கியம்னு மெசேஜ் அனுப்புது. உங்களுக்குள்ள ரொம்ப நெருக்கமோ!''

''அடச்சீ... அது மூஞ்ச பாக்கவே சகிக்காது. நல்ல ஃபிகரா இருந்தாகூட பரவாயில்ல'' சமாளித்தான் கணேசன். மீண்டும் ஆனந்தி கைக்கு மாறியது செல்போன்.

''I will call you at free time'' மீண்டும் அதே எண்ணிலிருந்து மெசேஜ்.

‘‘ஃப்ரியா இருக்கும்போது கால் பண்றேன்னு திரும்ப மெசேஜ் அனுப்பியிருக்கு வாத்து’’

‘‘அதுக்குத்தான் வேற வேலை இல்லை. உனக்குமா வேலை இல்லை. சரி சாப்டலாமா?’’

‘‘பசங்க வரட்டும் இருங்க...’’

‘‘வெய்யன்னுகூட பாக்காம கௌம்பிடுதுங்க... வௌயாடப்போனா வருதுங்களா பாரு. புள்ளயார் கோயிலாண்டதான் இருப்பானுங்க. போய் கூட்டிட்டு வா, சாப்டலாம். வர்றப்ப நாடார் கடையில சிப்ஸ் வாங்கிட்டு வா’’ பேச்சை மாற்றினான் கணேசன்.

சீக்கிரம் வரக்கூடாது என்பதற்காகத்தான் சிப்ஸ். செல்போனை வைத்துவிட்டு அலமாரியில் சில்லறையைப் பொறுக்கக் கிளம்பினாள் ஆனந்தி. பத்து வருடத்திற்கு முன்பு மார்க்கெட் செல்போன் கடையில் வேலை செய்து வந்தவள் கோமதி. உருகி உருகிக் காதலித்த முன்னாள் காதலி. காதலியைச் சொல்லத் தெம்பு இல்லாமல், கல்லூரியில் படித்த கோமதி ஒருத்தி நினைவிற்கு வர அவளை கட்டையாய், குட்டையாய் மாற்றி கதையைச் சொல்லிச் சமாளித்தான் கணேசன்.

‘அதான் வேணாம்னு கழட்டி விட்டுட்டுப் போயிட்டாளே. அந்தச் சனியனை மறந்து பத்து வருஷமாச்சு. இப்ப எதுக்கு இவ மெசேஜ் பண்ணி வாழ்த்து சொல்றா. எத்தன தடவ மெட்ராஸுக்குக் கூட்டிட்டுப் போய் பணத்தைத் தண்ணியா செலவு செஞ்சிருப்பேன். மால் மாலா ஏறி, கேட்டதையெல்லாம் வாங்கிக் கொடுத்திருப்பேன். அவளோட பொறந்த நாளுக்கு சுஹானா ஜுவல்லரியில ஐயாயிரத்துக்கு மோதிரம் வாங்கி கொடுத்தேன். அவ சொன்னான்னுதானே எவனோ ஒருத்தனுக்கு ரத்தம் கொடுத்தேன். பணம் இருக்குற வரைக்கும் லவ்வு லவ்வுன்னு ஊர சுத்திட்டு, சப்ப காரணத்தச் சொல்லி மனசாட்சியே இல்லாம கழட்டி விட்டுட்டு போயிட்டா. அடுத்த கொஞ்ச நாள்லயே வேற ஒருத்தனோட பைக்ல சுத்த

ஆரம்பிச்சுட்டவதானே அவ. அவனையும் கொஞ்ச நாள்ல கழட்டி விட்டுட்டு இருப்பா. இப்ப எவன்கூட இருக்காளோ.

வருஷம் ஆனா ரத்தத்தை உறிஞ்சனவனும், பணத்தைக் கறந்த நகைக்கடைக்காரனும் மறக்க நெனைக்குறதையெல்லாம் ஞாபகப்படுத்திக்கிட்டே இருக்கானுங்க. நாமதானே போன்பண்றோம்னு பணத்த கொடுத்து ஃபேன்சி நம்பரா வாங்கிக் கொடுத்தேன். சனியன் புடிச்ச அந்த நம்பர்கூட மனசுல இருந்து போவ மாட்டேங்குது. கொழந்த, குட்டின்னு ஆயிடுச்சு. இப்ப எதுக்கு உருகி உருகி மெசேஜ் அனுப்புது. நல்லவேளை மெசேஜ மட்டும் அனுப்பி இருக்குது. வேற எதையும் போடல.' அக்னிக் குழம்பை அள்ளிக் குளித்தாற்போல தகிக்க முடியாத கனல் உடலெங்கும் பரவியது. தமிழில் தனக்குத் தெரிந்த ஒட்டுமொத்த கெட்ட வார்த்தைகளாலும் அவளை அள்ளிச் சொரிந்து, எரிமலையாய் குமுறிக்கொண்டிருந்தான் கணேசன்.

''இதுங்க வேற... எங்க போச்சுங்களோ நான் போயி கூட்டியாறேன்'' சில்லறையோடு வெளியில் கிளம்பினாள் ஆனந்தி. அதுவரை வாயிலையே வெறித்துப் பார்த்துக்கொண்டிருந்த கணேசன், படக்கென மொபைலை எடுத்து அந்த எண்ணுக்கு அழைத்தான். ரிங் போய்க்கொண்டே இருந்தது. எரிச்சல் அடங்காதவனாய் மீண்டும் மீண்டும் போன் செய்தான். எந்தப் பதிலும் இல்லை.

''பக்கத்துத் தெருவுக்குப் போய் சிப்ஸ் வாங்கி வர்றதுக்குள்ள பேசி முடிச்சிடணும். பேசுற பேச்சுல இதோட அவ என் லைனுக்கே வரக்கூடாது'' முணுமுணுத்துக் கொண்டே நரநரவென பல்லைக் கடித்துக்கொண்டான். அப்போதும் ஆத்திரம் அடங்கவில்லை. எழுந்து உட்கார்ந்தான். நிமிடத்திற்கு ஒரு முறை திரும்பத் திரும்ப போன் செய்தான்.

''டாடி...'' கத்திக்கொண்டே சிப்ஸ் பாக்கெட்டோடு அகிலன் வீட்டுக்குள் ஓடிவந்தான்.

“அவங்க வரலயாடா?”

“தம்பியும் அம்மாவும் நடந்து வந்துகிட்டிருக்காங்க. நான் வேகமா ஓடியாந்துட்டேன்” என சொல்லிக்கொண்டே பாத்ரூமிற்குள் ஓடினான்.

‘332211’ கால் ஹிஸ்டரியை மடமடவென அழித்துவிட்டு இயல்பாக இருப்பதுபோல படுத்துக்கொண்டான் கணேசன்.

“எந்திரிங்க சாப்பிடலாம்” என சொல்லிக்கொண்டே கிச்சனுக்குள் நுழைந்தாள் ஆனந்தி. அவளின் புடவையைப் பிடித்தவாறே லாலிபாப்பைச் சப்பிக் கொண்டே சென்றான் செழியன்.

“சாப்டிட்டு ஒழுங்கா இங்கேயே படுக்கணும். அங்க இங்க ஆடப் போனீங்க, சாயங்காலம் உங்கள கோயிலுக்குக் கூட்டிட்டுப் போகமாட்டேன்.” ஆவி பறக்க மட்டன் பிரியாணியைத் தட்டில் பரப்பி, அதன்மீது அவித்த முட்டை இரண்டையும் வைத்தாள் ஆனந்தி.

“இன்னும் ஒரு பீஸ் வைம்மா” என்றான் அகிலன்.

“இத மொதல்ல துண்ணு” அப்புறம் வெக்கிறேன்.

“எனக்கு பிரியாணி வேணாம்... ரசம் சோச்சிதான் வேணும்” அடம்பிடித்துக்கொண்டிருந்தான் செழியன்.

“ஏங்க, பிரியாணி எப்படி இருக்கு?”

“...”

“ஏங்க உங்களத்தான்... பிரியாணி எப்படி இருக்கு?” குரலை உயர்த்தி உசுப்பினாள் ஆனந்தி

“ம்... ம்ம்ம்... சூப்பரா இருக்கு. பிரியாணி ருசி, காத அடச்சிடுச்சு!” தீடிரென சுதாரித்துக் கொண்டவனாய் பல்லிளித்தான். கோமதி மீதிருந்த எரிச்சலால் பிரியாணி ருசிக்கவில்லை என்பதே நிதர்சனம். ஆசையாசையாய் வாங்கிச் சமைத்த ஆட்டுக்கறித் துண்டுகளை

வெறும் சக்கையைப்போல மென்று விழுங்கினான். கோமதி மீதிருந்த வெறுப்பு ஆட்டுக்கு இழைத்த மாபெரும் துரோகமாயிற்று. பிரியாணி விருந்துக்கு பிறகு பாயாசத்தை சாராயம் போல மடக்மடக்கென குடித்தான். எல்லோரும் படுக்கையைப் போட்டனர். கோமதியிடம் போன் வருகிறதா என சைலன்ட் மோடில் இருந்த போனை அடிக்கடி எடுத்துப் பார்த்துக்கொண்டிருந்தான் கணேசன். ஐந்து மணிக்கெல்லாம் ரெண்டு கிலோ மீட்டர் தள்ளி இருக்கும் ஈஸ்வரன் கோயிலுக்குச் செல்ல வேண்டும் என்பது அன்றைய அஜன்டா. அதற்காகப் பக்கத்து வீட்டு ஸ்கூட்டியை இரவல் வாங்கி வைத்திருந்தார்கள்.

கணேசன் பெயரில் அர்ச்சனை செய்தார் கோயில் அர்ச்சகர். கர்ப்ப கிரகத்தைச் சுற்றிவிட்டு வடக்கு பக்கமாய் இருந்த மண்டபத்தில் இருவரும் அமர்ந்தனர். அகிலனும் செழியனும் தூரத்தில் விளையாடிக்கொண்டிருந்தார்கள். அன்று பெரிய விசேஷம் எதுவும் இல்லை என்பதால் வெறிச்சோடிக் கிடந்தது கோயில் வளாகம். கணேசன் போனை பார்த்தபோது மூன்று மிஸ்டுகால்கள் இருந்தன. 'கோமதியாக இருக்குமோ!' என மிரண்டு போய்ப் பார்த்தான். நல்லவேளை அம்மாவின் அழைப்பு அது. சைலன்ட் மோடிலிருந்து நார்மல் மோடிற்கு மாற்றி அம்மாவிடம் பேசினான்.

''பொறந்த நாளுக்கு போன் பண்ணணும்னு காலையில இருந்து நெனச்சுக்கிட்டிருந்தேன். மறந்துட்டேன். செத்தநேரத்துக்கு முன்னடிதான் ஞாபகம் வந்துச்சு. நானும் போன போட்டுக்கினே இருந்தேன். நீ போன எடுக்கவே இல்ல. சரி நீங்களே போன் பண்ணுவீங்கன்னு வுட்டுட்டேன். கால் இப்ப பரவாயில்லையா? காலையில கோயிலுக்குப் போனீங்களா?''

''பரவா இல்லம்மா. மெதுவா நடக்க ஆரம்பிச்சுட்டேன். கோயிலுக்குதாம்மா வந்திருக்கோம். சாமிய கும்பிட்டுட்டு மண்டபத்துல ஒக்காந்திருக்கோம்.''

‘‘ரொம்ப நடக்காத. டாக்டர் சொன்ன மாதிரி ரெண்டு மாசத்துக்கு பக்குவமா இரு. இருட்றதுக்குள்ள ஊட்டுக்குக் கௌம்பிடு... பாத்து பத்தரமா போ... ஆனந்திக்கிட்ட செல்போன கொடு’’ மாமியார்-மருமகள் நலம் விசாரிப்பு தொடர்ந்தது. அதற்குள் ‘332211’ எண்ணிலிருந்து அடுத்தடுத்து மிஸ்டுகால்கள்.

‘‘ஏங்க, வாத்து அடிக்கடி போன் பண்ணுது!’’

‘‘அப்பறம் பேசிக்கலாம் விடுடி’’ அலட்டிக்கொள்வது போலப் பாவனை செய்தான் கணேசன். ஆனாலும் அந்த எண்ணிலிருந்து அழைப்புகள் தொடர்ந்தன. இனியும் பொறுத்துக்கொள்ள முடியாதவனாய் ஒரு முடிவெடுத்தான். பத்து வருடங்களாக மனசுக்குள் புதைத்து வைத்திருந்த கோமதியை வெளியே தூக்கி எறிந்துவிடலாம். மனபாரத்தைக் குறைக்க இதைவிட வேறு சந்தர்ப்பம் கிடைக்காது என அவனுக்குத் தோன்றியது.

‘‘உன்கிட்ட ஒரு விஷயத்தைச் சொல்லணும். சொன்னா கோவிச்சுக்க மாட்டேன்னு சத்தியம் பண்ணு’’ கையை நீட்டினான் கணேசன்.

‘‘வேற என்னத்த சொல்லப் போறீங்க. வாத்து என்னோட எக்ஸ் லவ்வர்னு சொல்வீங்க அதான. கோயில்ல வச்சி சத்தியம்லாம் வேணாம். ரெண்டு புள்ளய பெத்துட்டு, வுட்டுட்டா ஓடிட போறேன்.’’

‘‘கிட்டத்தட்ட நீ சொன்னதுல பாதி உண்மை. நான் லவ் பண்ணது வாத்து கோமதிய இல்ல; மொபைல் ஷோரூம்ல வேலை செஞ்ச கோமதிய. பத்து வருஷத்துக்கு முந்தைய லவ்வு. ஆறு மாசமா லவ்பண்ணோம்... கடைசியில வீட்ல ஒத்துக்க மாட்டாங்கன்னு கழட்டிவிட்டுட்டா. நானும் தலைய முழுகிட்டேன். அவ பேர கேட்டாலே எனக்கு எரிச்சலா இருக்கும். அவள பார்த்து பத்து வருஷமாச்சு. இப்ப எதுக்கு போன் பண்றான்னு தெரியல.’’

''ஹூங்கூட ஆறு மாசங்கிறதே அதிசயம்தான்! நானா இருக்கவே குப்பையக் கொட்றேன். வேற எவளா இருந்தாலும் பத்து நாள்கூட தாங்க மாட்டா. தப்புத்தண்டா, கல்யாணம் எதுவும் பண்ணலையே?''

''ச்சீ... அதெல்லாம் சத்தியமா கெடையாது.''

''முடிஞ்சத பத்திப் பேசி புரியோஜனம் இல்ல. போன எடுக்கலன்னா, அடிக்கடி போன் பண்ணுவா. வூட்ல நிம்மதி இருக்காது. இனி போன் பண்ண வேணாம்னு இப்பவே பேசி முடிச்சுடுங்க. அதைமீறி அடிக்கடி போன் வந்தா நான் பொறுப்பில்லை. புரிஞ்சுதா...''

'இதுபோதும்டா சாமி' என பெருமூச்சு விடுக்கொண்டான் கணேசன். மனதுக்குள் தைரியம் துளிர்த்தது. எதிர்பார்த்ததுபோல அந்த எண்ணிலிருந்து மீண்டும் அழைப்பு.

''ஸ்பீக்கர்ல போடுங்க. நான் தப்பா எடுத்துக்க மாட்டேன்'' அழுத்தம் மிகுந்த குரலில் மெதுவாகச் சொன்னால் ஆனந்தி.

''ஹலோ...''

''....''

''ஹல்லோ...''

''நான் கோமதி பேசுறேன்டா...'' என்றது எதிர்முனை ஆண் குரல்!

''கோமதி?!! ஹலோ யாரு நீங்க?''

''மறந்துட்டியாடா? கோமதிநாயகம்டா! டென்த் பி கிளாஸ்... சாக்பீஸ் ஃபிரெண்டு! சிகரெட் அடிச்சு கணக்கு வாத்திகிட்ட மாட்டிக்கிட்டோமே! முட்டி தேய ஒரு நாள் முழுக்க ஹெச்.எம். ரூம் வாசல்ல கெடந்தோமே, இப்பவாச்சும் ஞாபகம் வருதா?''

''எப்படிடா மறக்க முடியும்? நீ துபாய்ல இருக்கேன்னு சொன்னாங்க.''

''ஆறு மாசத்துக்கு முன்னதான் ஊருக்கு வந்தேன்டா. விழுப்புரத்துல இடம் வாங்கி வீடு கட்டிக்கிட்டு இருக்கேன். போன மாசம் உன்னோட நம்பரை குமரன்தான் கொடுத்தான். வேலையால பேச முடியல. ஃபேஸ்புக்ல வாழ்த்து சொன்னேன் பாக்கலையா? உனக்கு வேல எப்படிப் போவுது?''

''பரவா இல்லடா, ஏதோ ஓடுது.''

''அடிச்சிட்டாம்மா'' தரையில் புரண்ட புழுதிச் சட்டையோடு அழுதுகொண்டே வந்தான் செழியன்.

''பேசிக்கிட்டிருங்க வந்திடுறேன்'' எனப் பக்கத்திலிருந்த குழாய்க்கு செழியனைக் கூட்டிச் சென்றாள் ஆனந்தி.

''மாப்ளே இந்த ஃபேன்சி நம்பர் யாரோடது? உனக்கு எப்படிக் கெடச்சது?'' குரலைக் குறைத்துக்கொண்டான் கணேசன்.

''என்னோடதுதான்டா. ஊருக்கு வந்ததும் ஃபேன்சியா இருக்கேன்னு ஐயாயிரம் ரூபாயை கொடுத்து இந்த நம்பர வாங்குனேன். என்னோட கெரகம் ஏற்கெனவே கோமதின்னு ஒரு சனியன் இந்த நம்பர வெச்சிருந்திருக்கு. ஹலோன்னு சொன்னா 'கோமதி இல்லையா?'ன்னு கேக்கறானுங்க. 'கோமதிதான் பேசுறேன்'னு சொன்னா, 'நீ எப்படா ஆம்பளயா மாறுனேன்'னு கிண்டல் பண்றானுங்க. நான் கோமதி இல்ல, கோமதிநாயகம்னு ஒவ்வொருத்தருக்கும் புரியவக்கிறதுக்குள்ள எறிச்சலாயிடும். செல்லம் புஜ்ஜின்னு மெசேஜ் அனுப்புறானுங்க. பொண்டாட்டிக்கு அதச் சொல்லி புரியவக்கிறதுக்குள்ள ரணகளமாயிடுச்சு. இப்பெல்லாம் கோமதின்னு சொன்னாலே அடிவயிறு பத்திக்கிட்டு எரியுது. அந்தப் பேரால குடும்பத்துல ஒரே கொழப்பம்டா.''

''உனக்குமாடா?!''

''என்னது...?!'' அதிர்ந்தான் கோமதி!

"சரிடா, கோயிலுக்கு வந்திருக்கோம். இன்னொரு நாள் ஃபிரியா பேசுறேன்." என அழைப்பைத் துண்டித்தான் கணேசன்.

"உங்க கோமதி என்ன சொல்லுச்சு? சாரி... என்ன சொன்னான்!" மீண்டும் அருகில் வந்தமர்ந்தாள் ஆனந்தி! அகிலனும் செழியனும் அவள் மீது சாய்ந்தமர்ந்தனர்.

"இது வேற கோமதி... கோமதிநாயகம்! எங்கூட பத்தாவது படிச்சவன்!" அசடு வழிந்தான் கணேசன்.

"என்ன ஜென்மமோ போங்க... ஒவ்வொரு பொறந்த நாள்ளேயும் என்னை ஏமாத்துறதே பொழப்பா போச்சு ஒங்களுக்கு! 'இது என்னோட பொறந்தநாள் இல்ல. ஏப்ரல் ஒண்ணாம் தேதின்னு சர்ட்டிஃபிகேட்ல மாத்தி எழுதிட்டாங்க'னு கல்யாணம் ஆன புதுசுல நடுராத்திரி வரைக்கும் பொறந்தநாள கொண்டாட விடாம ஏமாத்தனீங்க. பொறந்த நாள் முடியப்போற நேரத்துல சும்மா சொன்னேன்னு சொல்லி கேக் வெட்னீங்க. மாசமாகி எங்க வூட்ல இருந்தப்ப, 'வேலையா இருக்கேன் வரமுடியலன்னு எங்க வீட்டுக்கு வெளிய நின்னுக்கிட்டே போன் பண்ணி என்ன செய்யறான்னு பாத்தீங்க. வாத்து, பன்னின்னு ஒவ்வொரு வருஷமும் எதையாவது சொல்லி என்னை அழ வெக்கிறதே பொழப்பாப்போச்சு ஒங்களுக்கு. எப்பதான் திருந்தப் போறீங்களோ... வாங்கடா வீட்டுக்குப் போவலாம்." வெடுக்கென மண்டபத்திலிருந்து எழுந்து முந்தானையை உதறினாள் ஆனந்தி!

அழத்தெரியாமல் வெடித்துச் சிரித்தான் கணேசன்!

கழுமரம்

மேல்காற்று மோதிய வேகத்தில் அரசமரம் சலசலத்துக் கொண்டிருந்தது. அரசமரத்தடி மேடைக்கு வலப்புறத்தில்தான் வாசு தாத்தா வீடு. விசாலமான தாழ்வாரம், பெரிய திண்ணைகள் என இருபது பேர் அமர்ந்தாலும் இடம் மிச்சமாகவே இருக்கும்.

ஊர் முழுக்கவே கூடிப் பொழுதைக் கழிக்கும் இடமாக அரசமரத்தடி மேடையும், வாசு வீட்டுத் திண்ணையும் அருகருகே இருந்தன. கர்ண பரம்பரைக் கதைகள் முதல் ஃபிளாஷ் நியூஸ் வரை விதவிதமான தகவல்களும் அங்கிருந்துதான் ஊருக்குள் பரவும். பூ கட்டுவது, புளிக்குக் கொட்டை எடுப்பது, வேர்க்கடலை உரிப்பது என எந்த வேலையாக இருந்தாலும் வாசு வீட்டுத் திண்ணைக்குக் கொண்டு வந்தால் சுலபமாக முடிந்துவிடும். திண்ணை கீழவை போலும், மேடை மேலவை போலும் இணைந்து இயங்கும்.

பிள்ளைகளின் பள்ளிப் படிப்பிற்காக சென்னைக்குப் புலம்பெயர்ந்த வாசு, பத்து வருடங்களுக்கு முன்பு சொந்த கிராமத்திற்கே வந்துவிட்டார். ஒரு தந்தையாக மகன்களுக்கு ஆற்றவேண்டிய கடமைகளை நிறைவேற்றிய திருப்தியோடு மனைவி அமுதவள்ளியோடு கிராமத்தில் செட்டில் ஆகிவிட்டார். பொங்கல், தீபாவளி, திருவிழா என மகன்களும் அடிக்கடி ஊருக்கு வந்து போவார்கள். பரணில் தூக்கிப்போட்ட பாத்திரமாகவே அவரின்

ஆசாபாசங்கள் பட்டினத்து வாழ்க்கையால் பயன்படுத்தப்படாமலே இருந்தன. கிராமத்து உறவுகள் பொழுதைக் கழிக்கும் இடமாக அவரின் வீடு எப்போதும் கலகலப்பாகவே இருக்கும்.

வாசு வீட்டிலிருந்து எட்டிக் கூப்பிடும் எதிர்த்திசையில்தான் சுப்பிரமணியின் வீடு. ஊரில் இரண்டு மூன்று சுப்பிரமணி இருப்பதால், ‘சுப்பு’ எனப் பெயரைச் சுருக்கிவிட்டார்கள். பால்ய வயதிலேயே பெற்றோரை இழந்து, பாட்டியின் அரவணைப்பிலே வளர்ந்தவன் சுப்பு. பத்தாம் வகுப்பு பொதுத் தேர்வில் ஐந்து பாடத்தைக் கூட்டினாலும் சுப்புவிற்கு பாஸ்மார்க்கைத் தொடவில்லை. வீட்டு முகப்பில் பெட்டிக்கடை போட்டுப் பிழைப்பைத் தொடங்கினான். வருடங்கள் உருண்டோட வருமானமும் பிழைப்புக்குப் போதியதாய் இருந்தது. கொல்லைமேட்டிலிந்து மளிகை வாங்க வரும் வசந்தியோடு கொல்லைப்புற சந்திப்புகள் உண்டானது. ரகசியத் தோட்டத்தில் விளைந்த கொல்லை மேட்டு கத்திரிக்காயானாலும் கால் முளைப்பது மரபுதானே.

‘‘நம்ம விஷயம் எங்க ஊட்டுக்காரனுக்குத் தெரிஞ்சுப்போச்சு. இங்க எதுவும் பேச முடியாது. இலுப்பைத் தோப்புக்கு வந்துடு. நீ வரலைன்னா நான் அங்கேயே செத்துடுவேன்’’ என இருள் கவ்விய முன்னிரவுப் பொழுதொன்றில் வெடிகுண்டை வீசி மறைந்தாள் வசந்தி. கடையைப் பூட்டி நடுவீட்டு காலண்டர் மாட்டிய ஆணியில் சாவியைத் தொங்கவிட்டுவிட்டு தலையில் இடிவிழுந்தவனைப்போல் தரையில் சாய்ந்தான் சுப்பு. ‘ஏதாவது சமாதானம் பேசி, இன்னையோட அவள தலைமூழ்கிட்டு வந்துடணும்’ என ஒரு முடிவோடு இலுப்பைத் தோப்பை நோக்கி நடந்தான். அங்கே கண்ணீரோடு விசும்பிக்கொண்டிருந்தாள் வசந்தி.

‘‘அந்த மனுஷன் முனியம்மா கடையில சாராயத்தை ஊத்திக்கிட்டு வந்து அருவாளோட ஒக்காந்திருக்கான். வீட்டுக்குப் போனா என்னைக் கொன்னே போட்டுடுவான். இனி இந்த ஊருல என்னால மானத்தோட வாழ முடியாது. கையில கொஞ்சம் நகை இருக்கு.

சேத்துவெச்ச பத்தாயிரம் இருக்கு. என்னை எங்கயாவது கூட்டிட்டுப் போயிடு. இல்லன்னா இங்கயே செத்துடுவேன்'' தாரைதாரையாக வழிந்தோடிய கண்ணீருடன் கண்களைக் கசக்கிக்கொண்டிருந்தாள் வசந்தி. எப்படியாவது கைக்கழுவி விட்டுவிடலாம் என்று வந்தவனின் கைகள், வசந்தியின் பிடிக்குள் அசைவற்றுக் கிடந்தன.

இருவரும் இரவோடு இரவாகப் பயணித்து அதிகாலையில் ஈரோடு மாநகரை அடைந்தார்கள். ஐந்து வருடம் கழித்து பாட்டி இறந்த தகவல் கிடைத்தபோதும், தயக்கமும் பயமும் அவனின் சொந்த ஊர் பயணத்திற்குத் தடையாய் இருந்தன. அடுத்த சில ஆண்டுகளில் பெரும் விபத்து ஒன்றில் சிக்கி வசந்தி உயிர் பிழைத்தாள். அவள் பிழைக்கவேண்டி சேமித்ததையெல்லாம் செலவு செய்தான் சுப்பு. சில ஆண்டுகள் கழித்து மீண்டும் பக்கவாதம் வந்து இறந்துபோனாள் வசந்தி. அவள் மறைவிற்குப் பிறகு, தனிமையில் வாழ முடியாமல் ஐந்து வருடங்களுக்கு முன் மீண்டும் சொந்த ஊருக்கே வந்துவிட்டான் சுப்பு. இப்போதெல்லாம் ஊருக்குள் சின்னச் சின்ன வேலைக்கு உதவியாக சுப்புவைக் கூட்டிச்செல்வது வழக்கமாகிவிட்டது. குவாட்டர் வாங்கித் தருகிறேன் என்றால் துணைக்குக் கிளம்பிவிடுவான் சுப்பு. இப்படி ஓரிரு நாள் வெளியே சென்று வந்தாலே அந்த வாரச் செலவுக்கு காசு தேறிவிடும். வீட்டில் ஏதாவது தடபுடல் என்றால் சுப்புவை அழைத்து உபசரிப்பார்கள்.

விபத்தில் காலை இழந்த குருசாமி, மருமகளால் விரட்டப்பட்ட மல்லிகா, கணவனால் கைவிடப்பட்ட புஷ்பா என ஊருக்குத் திரும்பிய ஒவ்வொருவருக்கும் ஒரு சோகக் கதை இருக்கிறது. வியாபாரத்திற்குத் தேராத சொத்தைக் கத்திரிக்காய் கணக்காக நகர வாழ்க்கை அவர்களை உதறித் தள்ளினாலும், சொந்த ஊரும் உறவுகளும் அவர்களை அரவணைக்கவே செய்தன.

உச்சியை நோக்கி நகர்ந்துகொண்டிருந்தது சூரியன். வழக்கம்போல அன்றும் திண்ணையிலும் அரசமர மேடையிலும் நான்கைந்து பேர் கூடியிருந்தார்கள். தோட்டத்தில் களை அகற்றிய களைப்பில்

தாழ்வாரத்தில் உள்ள சாய்வு நாற்காலியில் சாய்ந்து படுத்துக்கொண்டிருந்தார் வாசு. திண்ணைக்கு கொண்டுவந்த புளிக்கு கொட்டை எடுக்கத் துணையைத் தேடிக்கொண்டிருந்தாள் கனகவள்ளி.

''ஈராறு, ஈரஞ்சு, தாயம், மூணு!''- சின்னதம்பி உருட்டிய உருட்டலில் புளியங்கொட்டை அப்புறப்படுத்தப்பட்டு அந்தக் கட்டத்தை மொச்சை பிடித்துக்கொண்டது. மொச்சையைப் பழிதீர்க்க செல்லமுத்து தாயக்கட்டையை பரபரக்கத் தேய்த்துக் கொண்டிருந்தான். வெயிலில் பொடிநடையாக அரசமரத்தடிக்கு வந்த குமரேசன், தோளில் இருந்த துண்டை எடுத்து மேடையில் தூசியைத் தட்டினார். செருப்பைக் கழற்றி, வேட்டியை மடித்து மேடை ஓரத்தில் இருந்த தூணில் சாய்ந்து காலை நீட்டிக்கொண்டார். நரைத்து கனத்த மீசையை நீவி விட்டுக்கொண்டு, தொண்டையை செருமி ''சுப்புவ எங்கடா இன்னும் காணோம்'' என்றார்.

''காலையில இருந்தே ஆளக் காணோம் மாமா. வெளிய எங்கவாவது போயிருப்பாரு'' எனச் சொல்லிவிட்டு தாயத்தை உருட்டினான் சின்னதம்பி.

''கரம்பு ஓட்டி வச்சி கெடக்கு. ஒரு தூரதூரனா அவுரிய வெதச்சுடலாம். அவன் வந்தான்னா டவுனுக்குப் போய் வெர வாங்கியாந்துடலாம். நானும் நாலு நாளா சொல்லிக்கிட்டு இருக்கேன். இதோ போகலாம். அதோ போகலாம்னு டிமிக்கி கொடுத்துக் கிட்டிருக்கான். முடியாதுன்னு சொன்னா வேற யாரையாவது கூட்டிக்கிட்டுப் போவேன்.'' கடுகடுத்துக்கொண்டார் குமரேசன்.

''கொஞ்ச நேரத்துக்கு முன்ன இங்கதான் இருந்தான். இப்பதான் வீட்டுக்குப் போனான்.'' தாழ்வாரத்திலிருந்து அரசமர மேடைக்கு தகவலை அனுப்பினார் வாசு தாத்தா.

''சுப்பு... டேய் சுப்பு...'' மேடையிலிருந்தே சிம்மக்குரலை ஏவினார் குமரேசன்.

தாழ்வாரக் கட்டிலில் படுத்துக்கொண்டிருந்த சுப்பு, லுங்கியை அவிழ்த்து இருக்கக் கட்டிக்கொண்டு அரசமரத்தை நோக்கி நடந்தான்.

''இன்னா மாமா... ஏதாவது அவசரமா?''

''எப்பதான்டா வெர வாங்கியார்றது? நாளைக்குப் போவோமா?''

''வயிறு சரியில்ல. அசதியா இருக்கு. அடுத்த வாரம் வேணும்னா போலாம்.''

''சின்னகுட்டிய நாளைக்கு ஆட்டோ எடுத்து வரச்சொல்லியிருக்கேன். ரெண்டு மூணு பேருக்குச் சேர்த்து எடுத்து வந்துடலாம். காலையில போனா மதியம் திரும்பிடலாம். இன்னா சொல்ற?''

''ஒடம்பு ஒரு மாதிரியா இருக்குது. நாளைக்குச் சொல்றேன்.''

''நாளைக்குச் சரியாகிடும். போயிட்டு வரலாம் வாடா.''

''சரி, சாயங்காலம் சொல்றேன் மாமா'' என வீட்டை நோக்கி தலையைக் கவிழ்ந்துகொண்டே மெதுவாய் நடந்தான் சுப்பு.

''நாம்பாட்டுக்குக் கேட்டிக்கிட்டிருக்கேன். ஏதாவது தெளிவா சொல்றானா பாரு'' சுப்பு போன பாதையையே வெறித்துப் பார்த்துக்கொண்டிருந்தார் குமரேசன்.

வீடு வரை அலட்டிக்கொள்ளாமல் மெதுவாகச் சென்ற சுப்புவுக்கு, உள்ளே நுழைந்ததும் கால்கள் வேகமெடுத்தன. மடமடவென வீட்டின் பின்புறம் உள்ள கழிவறைக்குள் சென்று கதவைச் சாத்திக்கொண்டான். அவசர அவசரமாக லுங்கியை மடக்கி உட்கார்ந்தான். காற்றும் நீரும் கலந்த மலம் பீய்ச்சி அடித்தது. பழுக்கக் காய்ச்சிய கம்பியை ஆசனவாயில் குத்தினாற்போல பெருவலியும், ரத்தக் காயத்தில் மிளகாய்ப் பொடியைத் தூவினாற்போல தாங்க முடியாத எரிச்சலும் அவனைக் கிறுகிறுக்க வைத்தன. வலியைப் பொறுக்க முடியாதவனாய் பல்லைக் கடித்துக்கொண்டான். வேகமாக

நான்கு மாடி ஏறி இறங்கியது போல் மூச்சிரைக்கத் தொடங்கியது. இதயம் முன்பைவிட வேகத்துடன் படபடத்துக்கொண்டது. உடலெங்கும் வியர்க்கத் தொடங்கியது. குழாயில் தண்ணீரைத் திறந்துவிட்டு வலியைத் தாங்க முடியாதவனாய் சுவரில் கையை வைத்துச் சாய்ந்துகொண்டான். கழுமரத்தில் ஏறி உட்கார வைத்தது போன்றிருந்தது வலி. மெள்ளமெள்ள ஆசுவாசப்படுத்திக் கொண்டிருக்கும்போதே மீண்டும் அடிவயிற்றுக்குள் ஓர் அமில நதி நுரை பொங்கப் பாய்வதுபோல சலசலவென இரைச்சல். பற்களைக் கடித்து, மூச்சை அடக்கி, வயிறு அழுத்திப் பிடித்துக்கொண்டது. அதே வலி; அதே எரிச்சல். மீண்டும் பீய்ச்சி அடிக்கத் தொடங்கியது. மலத்தில் ரத்தமும் சில துளிகள் கலந்து இருந்தன. மலத்தில் ரத்தத்தைப் பார்த்தவனுக்குத் தலை சுற்ற ஆரம்பித்தது. கடந்த சில தினங்களுக்கு முன்பாகத்தான் ஆசன வாயில் பருத்துப் பழுத்து புடைத்திருந்த இரண்டு கொப்புளங்களும் உடைந்து உதிரத்தை உமிழ்ந்தன. அதைத் தொட்டுணர்ந்தபோது கைகள் நடுநடுங்கின. கழிவறை கழுவறையானது. ''வாழ்க்கையில எல்லாத்தையும் இழந்து நொந்து நூலாகிக் கெடக்குறேன். நான் பட்ட கஷ்டங்கள் போதாதா, இன்னும் என்னை ஏன் சோதிக்கிற முருகா?'' விட்டத்தைப் பார்த்து வேண்டிக்கொண்டான் சுப்பு. கடவுள் அறையாக இருந்தாலென்ன, கழிவறையாக இருந்தாலென்ன? துன்பம் எங்கே உணரப்படுகிறதோ, தன்னை அறியாமல் அங்கே வேண்டுதல் இருக்கும். அடிக்கடி கடவுளை வேண்டிய களைப்பில் சுப்புவுக்கு கண்கள் மங்கின.

கடந்த ஒரு வருடமாகவே இந்த வேதனையைச் சந்தித்துவருகிறான் சுப்பு. ஆரம்ப காலத்தில் கழிவறையில் உட்கார்ந்தால் போதும், வெளிவே வர கால்மணி நேரத்திற்குமேல் ஆகும். ஆசன வாயில் கட்டிப்போன மலம் அடைத்துக்கொண்டு, அதை வெளியேற்றுவது ஒரு பிரசவ வலியைப் போல இருக்கும். சில நேரங்களில் பாதி வெளியேறிய நிலையில், ஆசனவாயிலேயே அடைத்து உயிரை எடுக்கும். மூலம் உடைந்து உக்கிரமடைந்து, கடந்த ஒரு வாரமாக

வயிற்றுப்போக்காக மாறிவிட்டது. யாரோ நரசிம்ம அவதாரம் கொண்டு கூரிய நகங்களால் பிருஷ்ட பாகங்களைப் பிளப்பது போன்ற பிரம்மை அவனுக்கு அடிக்கடி உண்டாயிற்று. சற்று நேர ஓய்வுக்குப் பிறகு மீண்டும் அரசமரத்தடிக்கு வந்தான். அங்கு சின்னதம்பி மட்டுமே இருந்தான். மெதுவாக மேடையில் ஏறி 'அங்கே' அழுத்தம் கொடுக்காமல் அமர்ந்தான் சுப்பு.

'இங்க எது சொன்னாலும் ஊருக்கே தந்தி அடிச்சுடுவாங்க. மொதல்ல வாசு தாத்தாக்கிட்ட பேதிக்கு ஏதாவது மாத்திரை இருந்தா போட்டு அணையைக் கட்டுவோம். அப்புறம் மத்தத பாத்துக்கலாம். என்ன ஆனாலும் மூலம் சரியாகுற வரைக்கும் யாருக்கும் சொல்லக் கூடாது.' என மனதுக்குள் தீர்மானித்து வைத்திருந்தான்.

தரையில் படுத்து காலை ஆட்டிக்கொண்டு செல்போனில் இளையராஜா பாடல்களைக் கேட்டுக்கொண்டிருந்தான் சின்னதம்பி. 'உள்ள அழுகுறேன், வெளிய சிரிக்கிறேன். நல்ல வேஷம்தான் வெளுத்துவாங்குற' மலேசியா வாசுதேவனின் குரல் ஒலித்தபோது, தனக்காகவே அவர் பாடி வைத்ததுபோல ஓர் உணர்வு சுப்புவின் மனதை ஆட்கொண்டது. அதே வேளையில் அடி வயிற்றைக் குத்திக் கிளறிக்கொண்டிருந்தது வலி. போதாக்குறைக்குப் பசி குடலை தின்றுகொண்டிருந்தது. சாப்பிட்ட உடனே கழிவறைக்கு நடையைக் கட்டவேண்டி இருக்கும் என்பதால் நேரத்தைத் தள்ளி போட்டுக்கொண்டே இருந்தான் சுப்பு. எவ்வளவு நேரம்தான் தள்ளிப்போடுவதென மெள்ள எழுந்து வாசு தாத்தா வீட்டு திண்ணைக்கு வந்தான்.

''ரெண்டு நாளா ஒரே பேதி... மாத்திரை வெச்சிருக்கியா தாத்தா?''

''உள்ள இருக்கு, தர்றேன். நேத்து என்ன சாப்பிட்ட?''

''தொர சித்தப்பா வீட்ல சப்பாத்தி சாப்பிட்டேன். நல்லா காரம் அடிக்கிற மாதிரி தக்காளி தொக்கு வெச்சிருந்தாங்க. கூட ரெண்டு சப்பாத்தி சாப்பிட்டுட்டேன். வயித்துக்கு ஒத்துக்கல.''

''சப்பாத்தி ஒடம்புக்கு சூடு... அதான்''

''கடை கோதுமை மாவுல மைதாவக் கலந்து வெச்சிருக்கான். எனக்கு மைதாவே ஒத்துக்காது. அதான் வயித்த கலக்குது. ராத்திரியே மூணு தடவ போயிட்டுது. காலையில ரெண்டு தடவ... வயிறு வலி தாங்க முடியல. எல்லாம் அந்தப் பாழாப்போன மைதாவால வந்த வென. இனி மைதாவையே தொடக்கூடாதுடா சாமி.''

''எவன் செத்தா எனக்கென்னன்னு எதையாவது கடைக்காரனுங்க கொடுத்துடுறாங்க. கவுர்மென்ட்டும் எதையும் கண்டுகிறதில்லை. நாமதான் நம்ம உடம்பப் பார்த்துக்கணும்.'' எனச் சொல்லிக்கொண்டே மாத்திரை எடுத்துவர உள்ளே சென்றார் வாசு.

''இந்தா இத ரெண்டு வேளைக்குப் போட்டுக்கோ சரியாகலன்னா ஆஸ்பத்திரிக்குப் போயிட்டுவா. காரம் எதுவும் சாப்பிடாத. மதியம் இன்னா செஞ்சிருக்க?''

''சோறு இருக்கு. தண்ணி வுட்டுக்கிட்டு சாப்பிடபோறேன்.''

''கிண்ணத்துல மோர் வெச்சிருக்கேன். வேணும்னா எடுத்துக்கிட்டுப் போ.''

''வீட்ல மோர் இருக்கு தாத்தா'' என கையில் வாங்கிய மாத்திரையோடு வீட்டுக்கு நடந்தான் சுப்பு. அடிவயிற்றில் சலசலப்போடு, வலி பிறாண்டியது. கழுமரம் வா வாவென்று அழைப்பதுபோல இருந்தது. வீட்டை நெருங்கியதும் வீட்டுக்குப் பின்புறம் நோக்கி வேகமாக நடக்கத் தொடங்கினான். நான்காவது முறையாக நரகம் சென்று வந்ததுபோல வீட்டிற்குள் படுத்துக் கொண்டான் சுப்பு. அடுத்த நாளே தாத்தா கொடுத்த மாத்திரையால் பிரார்த்தனையின் எண்ணிக்கை வெகுவாகக் குறைத்திருந்தது.

மறுநாள் காலையில் சுப்புவுக்கு வயிறு சரியில்லை என்பது ஊருக்கே பரவி இருந்தது. வாசு வீட்டுத் திண்ணைத் தூணில் சாய்ந்து

அமர்ந்திருந்த சுப்புவை நலம் விசாரிக்கத் தொடங்கினார்கள். 'ராத்திரி வெந்தயத்தை ஊறவெச்சு காலையில வெறும் வயித்துல தண்ணிய குடி, அடிக்கடி மோர் சாப்பிடு, வாராவாரம் எண்ணெய தேச்சிக்க' என ஆளாளுக்கு ஒரு வைத்தியம் சொல்லிக்கொண்டிருந்தார்கள்.

''இந்த வருஷம் மாரியாத்தா கூழுக்கு கூத்து வைக்கலாம்னு நான் சொன்னேன். கூத்துக்கு பதிலா வேற ஏதாவது செய்யலாம்னு கொல்லமேட்டு பக்கம் சொல்றாங்க.'' என மடையை மாற்றி பீடிகை போட்டார் பரமசிவம்.

''கூத்து போட்டா நீங்க மட்டும்தான் பார்க்கணும். அதுக்கு பதிலா பட்டிமன்றம் ஏதாவது போடலாம்'' என்றான் சின்னதம்பி.

''பட்டிமன்றம் வேணாம், லைட் மியூசிக் வைக்கலாம்'' என்றான் செல்லமுத்து.

நீண்ட விவாதம் முடிவடையாமலேயே முற்றுப்பெற்றது. துண்டை உதறி தோளில் போட்டுக் கொண்டு கிளம்பிய பரமசிவம், ''மோட்டரு காயில் போயி ஓடாம கெடக்கு. வொயர் வாங்கியாந்தா, காயில் கட்டிக் கொடுக்கறேன்னு பழனி சொல்லியிருக்கான். சும்மாதான இருக்குற. நாளைக்குப் போய் வந்துடுவோமா?'' என சுப்புவை நோக்கினார்.

''இதுக்குள்ளவா நாத்தங்கால் ஓட்டப்போற சித்தப்பா நாலு நாள் கழிச்சுப் போலாம்.'' கடுகடுத்தான் சுப்பு.

''எப்ப கூப்பிட்டாலும் ஏதாவது ஒரு தடை சொல்லிக்கிட்டே இரு'' என சொல்லிக்கொண்டே நடக்கத் தொடங்கினார் பரமசிவம்.

நான்கு நாளைக் கடந்து சுப்புவிற்கு வலியும் வயிற்றுப்போக்கும் ஓரளவிற்குக் குறைந்திருந்தன. ஆனால் மூலப் பிரச்னை ஓய்வதாகயில்லை. 'மூலத்துக்கு ஏதாவது மாத்திரை வாங்கி போட்டாத்தான் செட்டாகும். யாராவது கிடைச்சா டவுனுக்குப் போய் வந்துடலாம்.' திண்ணையில் ஆழ்ந்திருந்தான் சுப்பு.

வெள்ளைச்சட்டை மிடுக்கோடு டூ வீலரில் வந்த குமரேசன் வண்டியை நிறுத்தி மேடையில் அமர்ந்தார்.

''பேங்க் வரைக்கும் போயிட்டு வர வேண்டியிருக்கு. வர்றியாடா சுப்பு?''

''கொஞ்ச நேரம் இரு மாமா. சட்டையைப் போட்டுக்கிட்டு வர்றேன்'' எனக் கிளம்பினான் சுப்பு.

அடுத்த ஒரு மணி நேரத்தில் வங்கியின் நகைக்கடன் பிரிவு வாயிலுக்கு எதிரில் போடப்பட்ட இருக்கைகளில் இருவரும் அமர்ந்திருந்தார்கள். தனக்கான அழைப்பை எதிர்பார்த்து கண்ணாடிக் கதவையே பார்த்துக்கொண்டிருந்தார் குமரேசன். சுப்புவுக்கு அடிவயிற்றில் அலாரம் அடிக்கத் தொடங்கியது. சுற்றும் முற்றும் பார்த்தான் எங்கும் கழிவறை இல்லை. அங்கிருந்து எழுந்து மெள்ள வெளியே வந்தான். வங்கியின் பக்கவாட்டிலும் பின்புறமும் கழிவறையைக் கண்கள் தேடின. தயங்கியபடியே செக்யூரிட்டியிடம் ''இங்க டாய்லெட் எங்க இருக்கு?'' என்றான்.

''கஸ்டமரெல்லாம் இங்க போக முடியாது. பஸ் ஸ்டாண்டுக்குத்தான் போகணும்'' என்றார் மிடுக்காக.

'ஆத்திர அவசரத்திற்குப் போக ஒரு கக்கூஸ்கூட வைக்க மாட்டீங்களா?' என அடக்க முடியாதவனாய் பல்லைக் கடித்துக்கொண்டே அருகில் உள்ள பேருந்து நிலையத்திற்கு விரைந்தான் சுப்பு. நகராட்சியின் துர்நாற்ற சிறையில் வதைப்பட்டு வெளியேறியவன், 'சுகம்' மருந்தகத்தை நோக்கி நடந்தான். மருந்தகத்தில் கூட்டம் குறைந்ததும் ''மூலம் இருக்கு. வயித்தால போகுது. அடிவயிறு வலியால உசுரே போகுது. ரத்தம் வேற வருது.'' என்றான்.

"இந்த மாத்திரைய காலையில ஒண்ணு ராத்திரி ஒண்ணு ஒரு வாரத்துக்குப் போடணும். இந்த மருந்தை ரெண்டு வேளை அங்க தடவிக்கணும். ஒரு வாரத்துல நல்ல ரிசல்ட் இருக்கும். தெனமும் பழம் நிறைய சாப்பிடு. ஹோட்டல் சாப்பாடு கூடவே கூடாது.'' மந்திரம் சொன்னதுபோல இருந்தன மருந்துக் கடைக்காரரின் வார்த்தைகள்.

இருவருக்கும் வந்த வேலை முடிந்து, வண்டியில் கிளம்பினார்கள். வழியில் டாஸ்மாக்கைப் பார்த்ததும் வழக்கம்போல வண்டியை ஓரம் கட்டினார் குமரேசன்.

"எனக்கு எதுவும் வேணாம் மாமா. உனக்கு மட்டும் வாங்கிக்கோ'' என வண்டிக்கு பாதுகாப்பாக நின்றுகொண்டிருந்தான் சுப்பு.

பத்து நிமிடத்தில் நரைத்த மீசையை நீவிவிட்டுக்கொண்டே கறுப்பு பிளாஸ்டிக் கவரோடு திரும்பினார் குமரேசன். மீண்டும் பயணம் தொடர்ந்தது. மனசாந்தி மருந்துக்கு இடம் தேடி வழி நெடுக பார்வை அலைபாய்ந்துகொண்டிருந்தது. அடுத்த சில நிமிடங்களில் அவர்களுக்கு இளந்தளிரால் குடை விரித்திருந்தது புங்கன். பசும்பாய் விரித்திருந்தது அருகன். காலை நீட்டிப் படுத்துக்கொண்டான் சுப்பு. சிக்கன் ரைஸையும் குவாட்டரையும் கொஞ்சம் கொஞ்சமாக ரசித்து உள்ளே அனுப்பிக் கொண்டிருந்தார் குமரேசன். சுப்புவுக்காக வாங்கி வந்த பரோட்டா-குருமா பையில் இருந்தது. குருமா வாசனையால் சுப்புவுக்கு எச்சில் ஊற்றெடுக்கத் தொடங்கியது.

"சரக்குதான் வேணாம்னு சொல்லிட்ட. பரோட்டாவாவது சாப்பிடுடா. ஒனக்கும் சேத்துதான் பார்சல் வாங்கி இருக்கேன்''

"வயிறு சரியில்லை. ஹோட்டல் சாப்பாடு ஒத்துக்காது. வேணாம் மாமா. இன்னொருநாள் நான் கேட்டா நீ வாங்கித் தராமலா இருக்கப்போற'' சுப்புவின் குரலில் விரக்தியோடியது.

‘‘இப்பவே இப்படிக் கஷ்டப்படுற. இன்னும் கொற வயசுக்கு என்ன பண்ணப்போற? ஒனக்கு ஏத்தமாதிரி ஒருத்திய பாத்து, கல்யாணம் பண்ணிக்கன்னு சொன்னா கேக்குறியா?’’

‘‘முப்பத்தியெட்டு வயசாச்சு. நம்ம கதை என்னன்னு ஊருக்கே தெரியும். நடக்கிறத பேசு மாமா.’’

‘‘புதூர்ல பொண்ணு ஒண்ணு இருக்கு. மொடாகுடிகாரப் பயலுக்கு வாழ்க்கைப்பட்டுபோய் தாலிய அறுத்துட்டு வந்து நிக்குது. முப்பத்திரெண்டு வயசுதான் ஆகுது. நம்ம ஆளுங்கதான். நீ சொன்னா ஒரு நாள் போயிட்டு வந்துடலாம். இன்னா சொல்ற?’’

‘‘அட போ மாமா. குடிச்சா மட்டும் ஒனக்கு எம்மேல அக்கற பொத்துக்கிட்டு வரும். இருக்குற கொற காலத்தை எப்படியாவது தள்ளிட்டுப் போகவேண்டியதுதான்.’’

‘‘என்னைக்குடா பெரியவங்க சொல்றத மதிச்சிருக்கீங்க. வயசு போனதுக்கப்புறம் ‘மாமா சொன்னத கேக்காமப் போயிட்டோமே’ன்னு புலம்புவீங்க’’ கைகளைக் கழுவி மீசையைத் துடைத்து எழுந்தார் குமரேசன்.

மீதம் இருந்த ஒரு செட் பரோட்டா டூவீலரின் முன்பக்கம் தொங்கிக்கொண்டே வந்தது. வாழ்க்கையின் கடைசிக் காலத்தைப் பற்றிய தத்துவ போதனைகளைப் பொழிந்துகொண்டே வந்தார் குமரேசன். மூக்கு வழியாக மூளையில் படிந்த குருமா வாசத்திற்கு வசப்பட்டிருந்தான் சுப்பு. மேல்வாய் ருசிக்கும், கீழ்வாய் வலிக்கும் இடையில் மனம் அகப்பட்டுக்கொண்டு தவித்தது.

சுப்பு வீட்டின் முன் வண்டியை நிறுத்திய குமரேசன், ‘‘இந்தா, ஒனக்கு வேணாம்னா யாருக்காவது கொடுத்துடு’’ எனக் கொண்டு

வந்த பார்சலை எடுத்துக் கொடுத்தார். மாத்திரை வாங்கி வந்த தைரியத்தோடு உள்ளே சென்றான் சுப்பு. சில நிமிடங்களிலேயே பிரிக்கப்பட்ட பார்சலிலிருந்து வீட்டின் மூலைமுடுக்கெல்லாம் பரோட்டா குருமா வாசனை வியாபித்துக் கொண்டது. அடுத்த நான்கு சாம இரவுகளிலும் சுப்பிரமணியை இடைவிடாது வேண்டிக்கொண்டான் சுப்பு.

ராமசாமியின் புகைப்படம்

கறுப்பு-வெள்ளை புகைப்படமாக ராமசாமி நகலெடுக்கப்பட்டு, ஐம்பத்தியெட்டு வருடங்கள் உருண்டோடிவிட்டன. நகல் ராமசாமிக்கு, இருபது வருடங்கள் கழித்துத்தான் மாலையிட்டுக் கொள்ளும் தகுதி கிடைத்தது. ஆங்காங்கே முகம் வெளிரி அழகைக் குறைத்திருந்தாலும், அவரின் கம்பீரம் மட்டும் இன்னும் கட்டுக்குலையவில்லை. நீலம், பச்சை என அறுதியிட்டுக் கூற முடியாத வண்ணத்தில் சாயம் பூத்த சட்டங்கள், பூச்சிகளின் எச்சத்தால் புரையோடி தூசு படிந்து மங்கிய கண்ணாடி, அதற்கு மேல் சிலந்தியின் வலைப்பின்னல் சகிதமாக இன்னும் அந்த நடுவீட்டில்தான் வீற்றிருக்கிறார் ராமசாமி.

திண்ணைகள், நடை, மாடங்கள், மரத்தூண்கள், பெரிய அறைகள், மச்சிகள், தாழ்வாரம், முற்றம், கருங்கல் படிகள், கல்தூண்கள், புறவாசல், ஆளுயர மதில் என ராமசாமி வீட்டில் தொன்மையின் இலக்கணம் இழையோடி கிடக்கும். நூற்றி ஐம்பது வருடத்தைக் கடந்தும் சிதைவுறாமல் நினைவுச் சின்னமாக இருக்கிறது அந்த வீடு. கடந்த ஒரு வருடமாகவே வீட்டில் உள்ள மரப் பொருட்களை எப்படியாவது நல்ல விலைக்கு விற்றுவிட்டு இடத்தை சுத்தம் செய்துவிட வேண்டும் என தீவிரம் காட்டிக்கொண்டிருக்கிறார் சண்முகம். விலை படியாததால் வியாபாரிகள் வருவதும் போவதுமாக

இருந்தார்கள். எந்த விலை வந்தாலும் இந்த முறை வீட்டை விற்றே தீரவேண்டும் என்ற முடிவோடுதான் சொந்த ஊருக்கு மகன் மித்ரனோடு வந்திருக்கிறார் சண்முகம்.

முற்பகலில் அண்டையில் உள்ள மாமாவீட்டுத் திண்ணையில் சண்முகத்தோடு மரவியாபாரி வேல்முருகனும் அமர்ந்திருந்தார். இருவருக்கும் இடையில் ஃபில்டர் காபி மணமணத்துக் கொண்டிருந்தது.

''உத்தரமேரூர் பக்கத்துல நமக்கு வேலை போயிட்டிருக்கு. இன்னைக்குன்னு பார்த்து ரெண்டு பேர் வரல. வேற ஆள கூட்டிட்டுப் போய் வுட்டுட்டு வர்றேன். அதான் நேரம் ஆயிடுச்சு. இப்பல்லாம் எங்க சார் ஒழுங்கா ஆள் வர்றாங்க. கையில கொஞ்சம் காசு கெடச்சா போதும். ரெண்டு நாளைக்கு சரக்குலேயே மெதக்குறாங்க. ரெண்டு தரத்துக்கு மேல போன் போட்டா சுவிட்ச்ஆஃப் ஆயிடும். காலையில இதோ வந்துக்கிட்டே இருக்கேன்னு சொல்லுவான். வரமாட்டான். இந்தப் பாழாப்போன குடியால எந்த வியாபாரமும் ஒழுங்கா நடக்கல'' என நிசப்தத்தைக் கலைத்தார் வேல்முருகன்.

''மாசச் சம்பளம் வாங்குறவன்தான் ஓரளவுக்கு கட்டுப்பாடா இருக்கான். தெனக்கூலி வாங்குறவன நம்பவே முடியல. நம்ம ஆளுங்க சோம்பேறி ஆகிட்டானுங்க. அதனாலதான் எல்லா இடத்துலேயும் ஹிந்திகாரன் வந்துடுறான்.''

''நீங்க எப்பவோ வித்திருக்கலாம். இவ்ளோ நாள் எதுக்கு சார் இந்த வீட்ட அப்படியே வெச்சிருந்தீங்க?''

''எல்லாத்துக்கும் ஒரு நேரம் வரவேண்டாமா? இப்பதான் இந்த வீட்ட விக்கணும்னு எழுதி வெச்சிருக்கு போல.''

''ஆமாம் சார்... நம்ம கையில என்ன இருக்கு! மெட்ராஸ்ல எங்க இருக்கீங்க?''

''போரூர்ல இருக்கேன். சூப்பர் மார்க்கெட் வெச்சிருக்கேன். இருபது வருஷமா அங்கேயே செட்டிலாகிட்டோம். சொத்து பிரிக்கும்போது அக்காவுக்கும் எங்களுக்கும் மனக்கஷ்டம் ஆயிடுச்சு. சொத்துல பங்கு கேட்டு அக்கா கோர்ட்டுக்குப் போயிட்டாங்க. பதினெட்டு வருஷமா கேஸ் ஜவ்வா இழுத்துக்கிட்டு இருந்துச்சு. ரெண்டு வருஷத்துக்கு முன்னதான் எங்களுக்குள்ள ராசியாச்சு. ரெண்டு பேரும் பேசி கோர்ட் பிரச்னையை முடிச்சுக்கிட்டோம். எங்க சொந்தக்காரங்க ஒருத்தவங்க சும்மா இங்க தங்கிட்டு இருந்தாங்க. அவங்க இருந்த வரைக்கும் வீட்டை சுத்தபத்தமா பாத்துக்கிட்டாங்க. அவங்க போனதுக்கப்புறம் ரெண்டு மூணு வருஷமா பாராமரிக்கக்கூட ஆள் இல்லை. அதனால அப்படியே விட்டுட்டோம். தேக்குக் கழி, தூணெல்லாம் நல்ல கண்டிஷன்ல இருக்கும்போதே வித்துடலாம்னு முடிவெடுத்திருக்கோம். ஏற்கெனவே ரெண்டு மூணு பேர் வந்து கேட்டுட்டுப் போனாங்க. ரேட்டு படியாததால நான்தான் கொடுக்க மாட்டேன்னு சொல்லிட்டேன்.''

''நாங்க மூணு தலைமுறையா வியாபாரம் செஞ்சுட்டு வர்றோம். பொருளுக்கேத்த ரேட் கொடுத்துடுவோம். மத்த வியாபாரிகளவிட என்னோட ரேட் கரெக்டா இருக்கும் சார்.''

''புது வியாபாரிங்களுக்கு இதோட மதிப்பு எங்க தெரியுது? எல்லாமே பர்மா தேக்குதான். கப்பல்ல மெட்ராஸுக்குக் கொண்டு வருவாங்களாம். அங்கிருந்து கட்ட வண்டியில எடுத்துக்கிட்டு வந்தாங்கனு எங்க தாத்தா சொல்வார். இன்னும் 200 வருஷமானாலும் இந்த ரீஃப்பர்லாம் குவாலிட்டியா இருக்கும்.''

''மரச்சாமான்லாம் என்ன கண்டிஷன்ல இருக்குன்னு பிரிச்சாத்தான் சார் தெரியும்.''

''எல்லாமே நல்ல கண்டிஷன்லதான் இருக்கு. வாங்க வீட்ட பாத்துட்டு வந்துடுவோம்'' என எழுந்தார் சண்முகம். வேல்முருகனும் மித்ரனும் பின்தொடர்ந்தனர்.

கதவை தன் பக்கமாக இழுத்து, அரை அடி நீள துருபிடித்த இரும்புச் சாவியை நுழைத்துத் திருகியபின் தொங்கிக்கொண்டிருந்த பித்தளை வளையத்தை வேகமாக இரண்டு தட்டுத் தட்டினார். கதவு மெள்ள திறக்கையில் துருபிடித்த தலைவாசல் கீல் சத்தம் கேட்டு விளையாடிக்கொண்டிருந்த எலிகள் துள்ளிக் குதித்து பொந்துகளிலும் மறைவுகளிலும் மறைந்துகொண்டன. அங்கும் இங்குமாக துரிஞ்சில்கள் அலையத் தொடங்கின. புழுக்கைகளின் துர்நாற்றம் லேசாகக் குமட்டத் தொடங்கியது.

''ஒரே தூசா இருக்கும். செருப்பைப் போட்டுக்கிட்டே உள்ள வாங்க'' என்றார் சண்முகம்.

பராமரிப்பு இல்லாதால் அங்காங்கே சிலந்திகளின் வலைப்பின்னல்களை அவர்கள் அறுத்துக்கொண்டு செல்லவேண்டியதாயிற்று. சில இடங்களில் சுவரில் உள்ள சுண்ணாம்புப் பூச்சு உதிர்ந்து, சிதறிக்கிடந்தது. நடுவீட்டு வழியாக வலப்புற அறைக்குள் நுழைந்ததும் மேற்கூரையை நோட்டம்விட்டார் வேல்முருகன்.

''வெள்ளக்காரங்க வரி கேட்க வரும்போது அவங்களுக்குத் தெரியாம இருக்க இந்த மச்சியிலதான் நெல் மூட்டைகளை அடுக்கி வைப்பாங்களாம். 100 மூட்டை அளவுக்கு மச்சியில நெல் அடுக்கி வைக்க முடியுமாம். அவ்வளவையும் தாங்குற அளவுக்கு இந்தப் பலகை ஸ்ட்ராங்கா இருந்திருக்கு. இந்த வீட்டுல மட்டும் நாலு மச்சி இருக்கு. எனக்குத் தெரிஞ்சு பழைய சாமான்செட்டு வெக்கிற இடமா இந்த இடம் இருந்துச்சு. ஏதாவது சாமான் எடுக்கணும்னா நான்தான் கதவு மேல கால வெச்சி ஏறுவேன். சின்ன வயசுல ஒருநாள் அம்மாகூட சண்டை போட்டுக்கிட்டு கோவத்துல இந்த மச்சியில ஏறி மறைஞ்சுக்கிட்டேன். அப்படியே அங்க அசந்து தூங்கிட்டேன். இருட்டுற நேரம் ஆனதும் என்னைத் தேட ஆரம்பிச்சுட்டாங்க. ஊர் முழுக்கத் தேடியும் பையன் கிடைக்கலன்னு எங்க அம்மா நடுவீட்ல

ஒக்காந்து அழுதுக்கிட்டிருந்தாங்க. திடீர்னு எழுந்து பார்த்தா, ஒரே இருட்டு. பயந்து இறங்கி, அம்மா எதிர போய் நின்னதும், 'எங்கடா போனேன்'னு கேட்டாங்க. 'மச்சி மேல படுத்துத் தூங்கிட்டேன்'னு சொன்னேன். அந்தக் கோவத்துல என்னை வெரட்டி வெரட்டி வெளுக்க ஆரம்பிச்சுட்டாங்க'' என சண்முகம் வெள்ளந்தியாகச் சொன்னபோது வேல்முருகன் தொந்தி குலுங்கியது.

''சின்ன வயசுல ரொம்ப சேட்டை பண்ணுவீங்கபோல. பையன காணோம்னா பெத்தவங்க பதற மாட்டாங்களா? இப்பல்லாம் மச்சி வீடுன்னா எப்படி இருக்கும்னு கேட்பாங்க. கிராமத்துல குடோன்கூட கட்ட மாட்டேங்கிறாங்க. மெஷின்ல நெல் அறுக்கும்போதே வியாபாரி லாரியோட நிக்கறான்'' என நடுவீட்டிற்கு நடையைக் கட்டிய வேல்முருகன், ''இது யாரு...? உங்க அப்பாவா?'' என்றார்.

''இவர்தான் எங்க தாத்தா ராமசாமி. தாத்தா பொறந்தது வளந்தது எல்லாமே இந்த வீட்லதான். தாத்தாவுக்கு அப்பா மட்டும்தான் வாரிசு. எங்க அக்கா ரெண்டு வயசு குழந்தையா இருக்கும்போதே அப்பா இறந்துட்டார். அப்ப மூணு மாச சிசுவா, நான் அம்மா வயித்துல இருந்தேன். அப்பா போன கவலையில அடுத்த ஆறு மாசத்துலேயே தாத்தாவும் இறந்துட்டார். அம்மாதான் எங்களை கஷ்டப்பட்டு வளத்தாங்க. நிறைய சொத்தை வித்துதான் அக்காவ கல்யாணம் செய்து கொடுத்தோம். எனக்கும் இந்த வீட்லதான் கல்யாணம் ஆச்சு. என்னோட பசங்ககூட இந்த வீட்லதான் பொறந்தாங்க. அதுக்கப்புறமும் மாமா கொஞ்ச கொஞ்சமா செலவுக்கு பணம் கேட்க ஆரம்பிச்சார். அக்கா பொண்ணு பெரியவளானப்ப சீர்வரிசையில குறைவா இருக்குன்னு மாமா தகராறு செஞ்சிட்டார். எனக்கும் அவங்களுக்கும் மனக்கசப்பு வந்துடுச்சு. பாகப்பிரிவினை கேட்டு கோர்ட் வரைக்கும் பஞ்சாயத்துப் போயிடுச்சு. அக்கா பொண்ணு கல்யாணத்துக்குக்கூட நாங்க போகல. அக்காவும் இப்பதான் மனசு

இறங்கி வந்தாங்க. ஒரு வழியா இப்பதான் ராசியா முடிஞ்சுபோச்சு. அதுவரைக்கும் தாத்தா பேர்லதான் இந்த வீடு இருந்தது. இப்பதான் என்னோட பேருக்கு மாத்தி எழுதினோம்''.

''நானும் சின்ன வயசுல இந்த வீட்ல விளையாடின ஞாபகம் இருக்கு. சென்னைக்கு போனதுக்கப்புறம் பாட்டியைப் பார்க்க அடிக்கடி ஊருக்கு வருவோம்'' இடையிடையே மித்ரனும் அவன் பங்கிற்கு பால்ய ஞாபகங்களை உதிர்த்தான்.

''இந்த போட்டோ எடுக்கும்போது, பெரியவருக்கு என்ன வயசு இருக்கும்?'' என அந்த போட்டோவையே உற்று நோக்கிக் கொண்டிருந்தார் வேல்முருகன்.

''சரியா ஞாபகம் இல்ல. எப்படியும் எழுபது வயசு இருக்கும். போட்டோ எடுத்து இருபது வருஷம் கழிச்சுத்தான் அவர் இறந்துபோனார்னு அம்மா சொன்னாங்க. இந்த போட்டோ எடுக்கிறதுக்காகவே மெட்ராஸ் போய் ரெண்டு மூணு நாள் தங்கி போட்டோ எடுத்துக்கிட்டு வந்தாராம். இப்ப மாதிரி அப்பெல்லாம் உடனே போட்டோ கிடைக்காது. ஷார்ப் பண்றது, டச்சப் பண்றதுன்னு டெவலப் ஒர்க்கே ஒரு வாரம் ஆகுமாம். இந்த போட்டோதான் எங்க தாத்தாவுக்கு மிடுக்க கொடுத்துச்சாம். வீட்டுக்கு வர்றவங்களெல்லாம் தாத்தா போட்டோவ அதிசயமா பார்ப்பாங்களாம்.

''இருக்காதா பின்ன.''

''இன்னொரு முக்கியமான விஷயம் சொல்றேன் கேளுங்க. எங்க பாட்டிகிட்ட 'புதுசா ஏதோ கரன்ட் வெளக்கு வந்திருக்காம். மேல மாட்டிட்டா நல்லா வெளிச்சம் தெரியும்'னு தாத்தா சொல்லியிருக்கார். 'உயரத்துல இருக்குற அந்த வெளக்கு எதுக்கு, நான் ராந்தல பக்கத்துல வெச்சிக்கிட்டே டக்குன்னு கோலம் போட்டுடுவேன்'னு பாட்டி சொல்லியிருக்கு. அவங்களுக்குள்ள சண்டை, சமாதானம்னு ஒரு வழியா கரன்ட்டை ஊருக்குக் கொண்டுவந்து லைட்ட மாட்டினார்

தாத்தா. கரன்ட் விளக்கைப் பார்த்து பாட்டி வாயடைச்சுப் போச்சாம். சுத்து வட்டாரத்துலேயே மொதமொத கரன்ட் வெளக்கு எரிஞ்சது இந்த வீட்லதான். ஊரே வந்து வேடிக்கை பாத்துட்டுப் போச்சு. அப்படி இருந்த வீடு இது.''

''அதுக்கு முன்ன ராந்தல் வெளக்குதான இருந்துச்சு.''

''சுண்ணாம்புக் கட்டு செவுருங்கிறதால, வெயில் நாள்லகூட குளுகுளுன்னு இருக்கும்.''

''இப்பல்லாம் வெத்தளைக்கு மட்டும்தான் சுண்ணாம்பு.''

''எவ்ளோ நல்லது கெட்டத பார்த்த வூடு இது. அப்பா மட்டும் இருந்திருந்தார்னா நாங்க இங்கேயே இருந்திருப்போம். எங்க லெவலே வேற மாதிரி இருந்திருக்கும். ஏதோ எங்க நேரம் ஊருவிட்டு ஊரு போய் பொழைக்கவேண்டியிருக்கு. இப்பதான் பிசினஸ் டெவலப் ஆச்சு. அதுக்கு முன்ன வரைக்கும் கொஞ்ச கொஞ்சமா சொத்தை வித்துதான் பசங்கள படிக்க வச்சேன். பொண்ணை கல்யாணம் பண்ணிக் கொடுத்தேன். நடுவுல கோர்ட்டு கேஸுன்னு வேற நெறைய செலவு ஆயிடுச்சு. பையனும் படிப்பை முடிச்சுட்டான். பெருசா இனிமேல் எந்தச் செலவும் இல்லை.'' பேசிக்கொண்டே நடந்தார் சண்முகம்.

''பையன்தான் தலையெடுத்துட்டானே. திரும்பவும் அந்த வசதி வரும் கவலைப்படாதீங்க.''

ராமசாமியின் புகைப்படத்தை மித்ரன் துடைத்துக்கொண்டு இருந்தான்.

''ஆறு மரக்கால் சாதம் வடிக்கிற அளவுக்கு பெரிய பித்தளை தவலைங்க ரெண்டு, நாலு மரக்கால் சாதம் வடிக்கிற அளவுக்கு பெரிய பித்தலை தவலைங்க ரெண்டு, பெரிய பெரிய அண்டா, குண்டான்னு நெறைய பித்தளைப் பாத்திரம் இருந்தது. எல்லாத்தையும் பத்து

வருஷத்துக்கு முன்னாலயே வித்துட்டோம். அதுவே நாப்பதாயிரத்துக்கு மேல வெலைபோச்சு. பெரிய பெரிய மரப்பெட்டி, பத்தாயம், ஊஞ்சல்னு நெறைய சாமான் வீட்ல இருந்துச்சு. தேவைப்பட்டவங்களுக்கு சும்மாவே கொடுத்துட்டோம்.''

''பித்தளை, செம்புக்கு எப்பவும் மார்க்கெட் இருக்கு சார். தங்கம் மாதிரி நாளாக நாளாக வெலை ஏறிக்கிட்டே இருக்கும். மரச்சாமான் வெலை நாளாக நாளாக குறையும்.''

''அதனாலதான் நல்ல கண்டிஷன் இருக்கும்போதே வித்துடலாம்னு முடிவுக்கு வந்தேன். இந்தத் தூண்ல வாசல் செஞ்சா இன்னும் 200 வருஷமானாலும் அப்படியே இருக்கும். படிக்கல், அம்மி, ஒரல், கல்தொட்டின்னு நெறைய கல் சாமான் இருக்கு. இதையும் சேர்த்து எடுத்துக்குவீங்களா?''

''அம்மி, ஒரலெல்லாம் சும்மா கொடுத்தாக்கூட யாரும் வாங்கமாட்டாங்க. படிக்கல், கல் தூண் வேணும்னா எடுத்துப்பாங்க. அதுவும் நீங்க நெனக்கிறமாதிரி பெரிய வெலையெல்லாம் போகாது. அதுக்குல்லாம் தனி ஆள் இருக்காங்க.''

''இங்க பாருங்க... வட்டமான கல்தொட்டி. இந்த மாதிரி கல்தொட்டிய இப்ப எங்கயும் பார்க்க முடியாது. பத்து தவலை தண்ணீயாவது பிடிக்கும். இதமாதிரி தேடினாலும் கெடைக்காது.''

''எந்தக் காலத்துல இருக்கீங்க நீங்க?. வீட்டுக்கு மேலேயே சிமென்ட் டேங்க், சின்டெக்ஸ் டேங்க்னு எவ்ளோ வந்துடுச்சு. சுவிட்ச்ச போட்டா தண்ணி சர்ருன்னு மேல ஏறிடுது. இந்தக் காலத்துல போய் கல்தொட்டி, ஒரலு, அம்மின்னு வியாபாரம் பண்ண முடியுமா? மரச்சாமான்தான் ஏதோ சுமாரா ஓடிக்கிட்டு இருக்கு. இப்பவே பிளாஸ்டிக், பிவிசி டோர்னு காலம் மாறிடுச்சு. அடுத்த தலைமுறைக்கு இந்த வியாபாரங்கூட இருக்குமான்னு தெரியல'' வேல்முருகனின் குரலில் விரக்தி இருந்தது.

கீழ் பாக்கெட்டிலிருந்து சிறிதாக கத்தி ஒன்றை எடுத்தார் வேல்முருகன். ஒவ்வொரு கழியாகச் சுரண்ட தொடங்கினார். அதுபோல் தூண்களையும், கதவு, ஜன்னல்களிலும் மரத்தைச் சோதித்துக் கொண்டிருந்தார். ஒவ்வொன்றையும் விரல் நுணியில் வைத்து கசக்கிப் பிசைந்து பிறகு அந்தத் துகள்களை மோந்து பார்த்ததார்.

''எல்லாமே தேக்கு கிடையாது சார். பாதி அளவுக்குத்தான் தேக்கு இருக்கும். மைசூர் வேங்கை, பிள்ளைமருது, களிமருதுன்னு மத்த மரங்களும் நெறைய இருக்கு. மொத்தமா எழுபதாயிரம் போகும்.''

''ஏற்கெனவே வந்தவங்க ஒரு லட்சத்தி இருபதாயிரம் வரைக்கும் கேட்டுட்டுப் போயிட்டாங்க. ரெண்டு லட்சம் இல்லாம நான் கொடுக்க மாட்டேன்னு சொல்லிட்டேன்.''

''அவ்ளோல்லாம் போகாதுங்க. அவங்க போற எடத்துல எல்லாம் சும்மா வெலையை ஏத்திவிட்டுட்டுப் போயிடுவாங்க. அட்வான்ஸ் கொடுத்துட்டு, வீட்டைப் பிரிச்சுட்டு, இது இவ்ளோ விலை போகாதுன்னு சொல்லி பாதிகாசுகூட கொடுக்க மாட்டாங்க.''

''தேக்கு இன்னைக்கு குழி நாலாயிரம் ஐயாயிரம் போகுது. பாதி ரேட் போட்டாக்கூட விலை எங்கேயோ போகுது.''

''இத மாதிரி மரச் சாமான்லாம் மார்க்கெட்ல விக்க முடியாம நிறைய தேங்கி கெடக்கு. உங்களுக்கு எவ்வளவு வேணும்னு சொல்லுங்க. வெல கம்மியா வாங்கித் தாரேன். இந்த மாதிரி பிசினஸ்ல முதலீடு போட்டவன்லாம், வித்தா போதும்னு தலைமேல கைய வச்சிக்கிட்டு ஒக்காந்துக்கிட்டிருக்கான். மார்க்கெட்ல மகாராஜா வீட்டு கத்திரிக்காயா, மாடசாமி வீட்டு கத்திரிக்காயான்னு பார்க்க மாட்டாங்க சார். கத்திரிக்கா நல்லா இருக்கா, வெல எவ்வளவுன்னுதான் பார்ப்பாங்க. நீங்களும் வியாபாரிதான், உங்களுக்குத் தெரியாதது ஒண்ணுமில்லை. குழிக்கணக்குலாம் பேசாதீங்க. மொத்தமா ரேட்

சொல்லுங்க. வேணும்னா நீங்களே வீட்டைப் பிரிச்சுட்டுச் சொல்லுங்க. எனக்குத் தேவையானது மட்டும் எடுத்துக்குறேன். நூத்தியம்பது வருஷத்தைய வீடு, வெளிய பாக்குறதுக்குதான் நல்லா இருக்கும். நிறைய ரீஃப்பருங்க உள்ளுக்குள்ளேயே அத்துப்போச்சு. எதெல்லாம் தேறும்னு பிரிச்சதுக்கப்புறம்தான் தெரியும். பழைய மரங்கிறதால தைலசத்து கம்மியா இருக்கும், வேலைப்பாடு சரியா வராது. நீங்க சொல்ற வெலையெல்லாம் போகாது'' விலையை அடித்துப் பேசினார் வேல்முருகன்.

சில நிமிடங்கள் வீடெங்கும் அமைதி படர்ந்திருந்தது.

''வேற ஏதாவது பார்க்கணுமா...?''

''அவ்ளோதான்.''

''நீங்க போங்க, நான் வீட்டைப் பூட்டிட்டு வர்றேன்''

கல்தொட்டி, உரல், அம்மி என கல்லால் ஆன பொருட்கள் தங்களின் மதிப்பை இழந்து கேட்பாரற்று கிடந்ததைப் பார்க்கும்போது, சண்முகத்தின் பால்ய காலத்தின் நினைவுகள் வந்தன. 'நாலு மரக்கால் கேவுரு இருக்கு. குத்திக்கட்டுமா அக்கா' என அம்மாவிடம் உரிமையோடு வந்து நிற்கும் பக்கத்து வீட்டு வசந்தி சித்தியும், அக்கா பெரியவளா ஆனபோது, 'ஏன்டா ஒலக்க மாதிரி நிக்கிற? நீ வந்து ரெண்டு ஒரலு மாவு இடிச்சுக் குடுத்துட்டுப் போடா' என கிண்டல் செய்த பரிமளா அத்தையும், கார்த்திகை தீபத்திற்கு ஆண் பனை பூவினை, கரியாக்கி உரலில் இடித்தபோது, உரலை ஏன்டா கரியாக்குற? என காதைத் திருகிய அம்மாவும் நினைவிற்கு வந்து போனார்கள்.

கோடை விடுமுறையில் அத்தை மகள்களும், அண்ணன், தம்பி, தங்கைகள் என உறவுகள் ஓடிப்பிடித்து விளையாடியதும், அக்கா மருதாணி அரைக்கும்போது வெல்லக்கட்டியை மொய்க்கும் ஈக்களைப் போல அம்மியைச் சுற்றி மொய்த்துக்கொள்ளும்

உறவுகளும் மூட்டையிலிருந்து சிதறிய நெல்லிக்கனியைப் போல சிதறிவிட்டார்களே என நினைத்து மனம் வெதும்பியது. அம்மியைச் சுற்றி நின்ற சுற்றம், இப்போது சுற்றும் அம்மிக்கு பின்னால் நிற்கப்போவதில்லை. மருதாணி காலங்கள் மரித்துப்போயின.

மங்கல நாட்களில் மஞ்சளும், மாங்கொத்துமாய் மணக்கும் வாயிற்படிகள், தாயம் விளையாடிய திண்ணைகளில் அம்மாவின் கடைசிக்காலம், சுவரில் துரு ஏறிக் கிடக்கும் அணி, கொக்கி இல்லா ஜன்னல் கதவு என ஒவ்வொர் இடத்திற்கும் எழுதப்படாத ஒரு கதை இருக்கத்தான் செய்கிறது. இவற்றை காது கொடுத்து கேட்க யாரும் தயாராக இல்லை. சண்முகத்தின் கண்கள் கலங்கின.

மீண்டும் திண்ணையில் பேச்சுவார்த்தை நீடித்தது. சண்முகமும் கிடுக்குப் பிடியாக இருப்பதுபோல காட்டிக்கொண்டார். நீண்ட இழுபறிக்குப் பின் எழுபதாயிரமும், இரண்டு லட்சமும் ஒன்றை ஒன்று நெருங்கி வந்தன. இறுதியில் ஒரு லட்சத்து பத்தாயிரம் என்று முடிவானது.

''இதுல ஐம்பதாயிரம் இருக்கு. மீதிய வேலை ஆரம்பிக்கும்போது கொடுத்துடுறேன். சனிக்கிழமை காலையில வந்துடுறோம்.'' கீழ்பாக்கெட்டில் இருந்து புதிய ஐந்நூறு ரூபாய் கட்டை எடுத்தார் வேல்முருகன். செருப்பைக் கழற்றி விட்டுவிட்டு கிழக்கு நோக்கி நின்று, பணத்தை முகத்தின் முன்னிருத்தி கைகளைக் குவித்து வேண்டிக்கொண்டு சண்முகத்திடம் கொடுத்தார்.

சண்முகத்தின் கைகள் லேசான நடுக்கம்கொண்டன. தொண்டை அடைத்தது. கண்கள் கலங்கின.

''எனக்காக எதிர்பார்க்கத் தேவையில்லை. நீங்க வேலையை ஆரம்பிச்சுடுங்க. நான் முன்னபின்ன வர்றேன். சாவியை மாமா வீட்ல கொடுத்துட்டுப் போறேன்'' எனச் சொல்லும்போது அவரின் குரல் தாழ்ந்திருந்தது.

முன்தொகை கையில் பெறும்வரை எப்படியாவது வீட்டை விற்றுவிட வேண்டும் என்பதுதான் சண்முகத்தின் மனவோட்டமாக இருந்தது. கைக்குள் பணம் வந்ததும், ஒரு ரத்த உறவை இழந்ததுபோல இருந்தது. முகத்தைக் கழுவிக் கொண்டு வருவதாக உள்ளே சென்ற சண்முகம், தொட்டியில் இருந்த குளிர்ந்த நீரை இரு கைகளாலும் அள்ளி எடுத்து முகத்தில் அடித்தார். சில்லென்ற நீரில் வெதுவெதுப்பாய் சில சொட்டுக்களும் கலந்து தரையில் தெரித்தது.

மித்ரன் காரை இயக்க, முன் பக்க இருக்கையில் சாய்ந்து பழைய நினைவுகளை ஓடவிட்டுக்கொண்டே வந்தார் சண்முகம்.

''பழைய வீட்லலாம் புதையல் இருக்கும்னு சொல்வாங்களே உண்மையாப்பா?''

''புதையலா...?!''

''ஆமாம்பா... படத்துல எல்லாம் காட்டுவாங்களே!''

''பழைய வீட்டை இடிச்சா புதையல் கிடைக்கும்னா, எல்லோரும் வீட்டை இடிக்க ஆரம்பிச்சுடுவாங்க. அந்த வீடே நமக்கு புதையல் மாதிரிதான்டா. அதைவிட பெரிய புதையல் என்னடா இருக்கப்போகுது. நம்ம அதிஷ்டத்துக்கு செப்பு காசும், ஓட்ட காலனாவும் கெடச்சாலே பெருசுதான். அதைத் தாண்டி பெருசா என்ன இருக்கப்போவுது.''

''இத்தனை நாளா இந்த வீட்ட வித்துடணும்னு நீங்கதானே சொன்னீங்க. இப்ப ஏன் உங்களுக்கு இவ்ளோ கஷ்டமாப்போச்சு?''

''நம்ம பாட்டனும், பூட்டனும் பெருவாழ்வு வாழ்ந்த வீடுடா இது. வாழ்க்கையில நான் பார்த்த நல்லது கெட்டது எல்லாமே இந்த வீட்லதான். கல்யாணம்னா மூணு நாள் நடக்கும். ஒரு வாரத்துக்கு முன்னவே சொந்தக்காரங்க வந்துடுவாங்க. கல்யாணத்துக்கு வந்தவங்க சோத்தைத் தின்னுட்டு கழனி வேலை செய்வாங்க. ஊர்ல இருக்கிறவங்களும் கல்யாணம் காட்சின்னா நம்ம வீட்லதான்

வைப்பாங்க. நல்லது, கெட்டதுன்னா ஊரே தெரண்டு நிக்கும். இப்ப நடக்குறதெல்லாம் கல்யாணமாடா? தாலிய கட்றதுக்குள்ள சோத்துக்கு முன்டியடிக்கறானுங்க. மொய் கவர கொடுத்துட்டு, வந்ததுக்கு அடையாளமா ஒரு போட்டோவ எடுத்துக்கிட்டு உடனே கௌம்பிடுறான். பொறக்கறதுலயிருந்து காரியம் வரைக்கும் எல்லாமே பேக்கேஜ் சிஸ்டமாப் போச்சு. எல்லாத்துக்கும் பணம் மட்டும்தான் தேவை. அதுக்குத்தானே நாயா பேயா அலையுறோம்.''

''எல்லா வேலையையும் நம்ப மட்டுமே செய்ய முடியுமா?''

''எப்படி முடியும்? சொந்த கல்யாணத்துக்கே மாப்பிள்ளை ரெண்டுநாள் லீவு போட்டுட்டுத்தான் வரவேண்டி இருக்கு. எங்க அம்மா செத்தப்ப வெளிவாசல்லதான் பொணத்த வெச்சாங்க. சுத்துப்பட்டு ஜனங்க, சொந்தம் பந்தம்னு நூத்துக்கணக்குல வந்திருப்பாங்க. இப்ப இருக்கிற அப்பார்ட்மென்ட்ல செத்தா வீட்ல வெச்சு மேளம் அடிக்கக்கூடாதுங்கிறான். கதறி அழுதா தொந்தரவா இருக்குன்னு டைமுக்குள்ள எடுத்துடணும்னு கண்டிஷன் போடுறாங்க. நாம வாழுறதெல்லாம் வீடே கிடையாது. மனசைவிட்டு பொண்டாட்டி, புள்ளைங்ககூட சண்டைகூட போட முடியாது. பழைய வீட்டைப் பார்க்குறப்பலாம் எங்க அம்மாதான் ஞாபகம் வரும். அவ்ளோ பெரிய வீட்ட ஆம்பள துணை இல்லாம பாதுகாத்து, பசங்களையும் வளக்கறதுன்னா சும்மாவா? அவங்க மூச்சு இருக்குற வரைக்கும் யாருக்கும் விக்கக் கூடாதுன்னு சொல்லிட்டாங்க. அந்த வீட்டை வித்ததுக்கப்புறம் அநாதையாகிப் போனா மாதிரி வெறுமையா இருக்கு. கண் எதிர வீட்டைப் பிரிக்கிறதப் பார்க்குற சக்தி எனக்கு இல்லை. அதான் சாவியைக் கொடுத்துட்டு வந்துட்டேன்.'' என தழுதழுத்தார் சண்முகம்.

''அந்த வீட்ல நமக்குன்னு எடுத்துவர ஒண்ணுமே இல்லையாப்பா?''

‘‘அம்மியும், உரலும் அப்பார்ட்மென்டுக்கு செட்டாகுமாடா? எங்க தாத்தா ராமசாமி போட்டோ இத்துபோய் தொங்கிக்கிட்டு இருக்கு. வேணும்னா எடுத்து வந்து நடுவீட்ல மாட்டி வை. ‘இத ஏன் இங்க கொண்டுவந்த?’ன்னு உங்க ஆத்தாகாரி தொடப்பக்கட்டைய எடுத்துக்கிட்டா எங்கிட்ட பஞ்சாயத்துக்கு வராத.’’

‘‘அம்மாவுக்கு தாத்தாவ புடிக்காதா, இல்லை பழைய போட்டோவ புடிக்காதா?’’

‘‘…’’

‘‘தாத்தா போட்டோவை மொபைல்ல ஸ்னாப் எடுத்துட்டு வந்துட்டேன். அந்தப் படத்தை போட்டோஷாப் சாஃப்ட்வேர்ல வொர்க் பண்ணிடலாம். தாத்தாவ கலராக்கி, டச்சப்லாம் கொடுத்து கெத்தா மாத்திடலாம்பா. மெயில்ல சேவ் பண்ணி வெச்சுட்டா அப்படியே கிடக்கும். எப்ப வேணும்னாலும் எடுத்துப் பார்த்துக்கலாம்.’’ மித்ரன் சொல்லுக்குப் பின் அமைதி கவ்விக்கொண்டது. பதில் ஏதும் பேசாமல் வெளிப்பக்கமாக வெறித்துப் பார்த்துக்கொண்டே வந்தார் சண்முகம்.

அடுத்த சில தினங்களில், வீட்டை விற்ற முழுத்தொகையும் சண்முகம் கைக்கு வந்துவிட்டது. மித்ரன் சொன்னது போல ராமசாமி மெருகூட்டப்பட்டு வண்ணமயமான டிஜிட்டலுக்கு மாறிவிட்டார்.

ஓடுகள் பிரிக்கப்பட்டு சிதைக்கப்பட்ட நடுவீட்டில், குட்டிச்சுவருக்கு அருகே வானம் பார்த்த நிலையில் தரையில் கிடந்தது ராமசாமியின் முதல் நகல்!

துஞ்சான் இரவுகள்

அமாவாசை கழிந்து ஆறு நாளாயிற்று. தகதகவென தங்க வாணலியாய் மின்னிய நிலவு மங்கி தூரத்து நிலத்தில் புதைந்துகொண்டிருந்தது. படுக்கையில் அசைவற்றுக் கிடந்தான் சுகுமார்.

வெள்ளைத் துணி போர்த்திக் கவிழ்த்த பானையைப் போன்று மேலும் கீழுமாய் ஏறியிறங்கிக் கொண்டிருந்தது அவனின் வயிறு. கர்ணகடூரமாய் காது மடல் அருகே ரீங்காரமிட்டு எழுப்பிக்கொண்டிருந்தது சிறிய கொசு. தூக்கக் கலக்கத்தில் கன்னத்தில் அறைந்தபோது உள்ளங்கையில் ரத்தம் பிசுபிசுத்தது. முகத்தைச் சுளித்துக்கொண்டே கையில் படிந்த கொசுவின் ரத்தத்தை லுங்கியில் துடைத்துக்கொண்டான். மெல்லிய இருளில் செல்போனைத் துழாவி எடுத்தான். கண்களைச் சுருக்கி உற்றுநோக்கினான். 11.14 என்றதும் விலகி கிடந்த போர்வைக்குள் தன்னைத் திணித்துக்கொண்டான். கண்கள் மூடியே இருந்தாலும், அவனுக்குள் மங்கி தேய்ந்துபோன பழைய நினைவுகள் உயிர்பெறத் தொடங்கின.

அரைமணி நேரத்தில் ஐந்தாறு முறையாவது புரண்டிருப்பான். ஐம்புலன்களுக்கும் தென்படாத ஏதோ ஒரு விரக்தி ஆழ்மனத்தில் மூழ்கிக் கிடந்தது. கட்டிலில் கிடைக்காதது கட்டாந்தரையில்

கிடைக்கட்டும் என வெறும் தரையில் இறங்கிப் படுத்துக்கொண்டான். கோடைக் காலங்களில் ஏசியின் குளிரை ஈர்த்து சில்லிடவைக்கும் வெறும் தரை அவனுக்கு இதமாய் இருக்கும். உடல் குளிர்ந்தாலும் மனம் மறுதளித்தது.

அதிகாலை நேரங்களில் விழித்துக்கொண்டால் சுகுமாருக்கு தூக்கம் தொலைந்துபோகும். விடியும் வரை தூக்கம் இருக்காது. கடந்த ஓராண்டில் மட்டும் மாதத்திற்கு ஒரு முறையாவது இதுபோன்ற இரவுகளைச் சந்தித்திருப்பான் சுகுமார். ஆனால், முன்னிரவில் தூக்கம் வராமல் இருப்பது அவனுக்கு இதுவே முதல்முறை.

'தூக்கம் வரலைன்னா, கண்களை மூடிக்கொண்டு ஒன்றிலிருந்து நூறு வரை மனசுக்குள் சொல்லிக்கொண்டே வரவேண்டும். பிறகு தலைகீழாக நூறிலிருந்து ஒன்று வரை சொல்ல வேண்டும். இப்படியே திரும்பத்திரும்ப மனசுக்குள் சொல்லிக்கொண்டிருந்தால் தூக்கம் வந்துவிடும்.' டிவியில் பார்த்த இந்த டிப்ஸ் அவனுக்கு எப்போதாவது கருணை காட்டுவதுண்டு. ஆனால், ஒன்றுக்கும் நூறுக்கும் இடையே பத்து முறைக்குமேல் ஏறி இறங்கினாலும் தூக்கம் வருவதாக இல்லை. காற்றில் சலசலத்துக் கொண்டிருக்கும் காய்ந்த சறுகுகளைப்போல மனசுக்குள் ஓர் ஓசை தூரத்தில் கேட்டுக்கொண்டிருந்தது.

தன்னைச் சுற்றியே வட்டமிடுவது போன்று இருந்தது நொடிமுள் ஓசை. அடிக்கடி ஜன்னலைப் பிறாண்டும் எலியும் அன்றைக்கும் தவறாமல் ஆஜராகி மூடியிருந்த ஜன்னலுக்கு வெளியே க்ரீச்... க்ரீச்... என ஓடிக்கொண்டிருந்தது. சுகுமாரின் கண்கள் மட்டும் மூடியே இருந்தன. ஆனால், காதுகளுக்கு எந்தப் பூட்டும் போட முடியவில்லை. கண்ணில் பட்ட எல்லா கிளைகளிலும் தாவிக் குதித்து கும்மாளம் இடத் தொடங்கியது மனக்குரங்கு.

'இன்சோம்னியா...' இந்த வார்த்தை அவனுக்குப் புதிதல்ல. ஆனால் அனுபவம் புதிது. சுகுமாரின் பள்ளிப் பருவத்தில் அவனின் சித்தப்பாவுக்கும் இதே பிரச்னை இருந்ததால் அவர் அடிக்கடி

பென்சோடையசெபின் மாத்திரையை எடுத்துக்கொள்வார். அதேபோல சுகுமாரும் சில மாதங்களுக்கு முன் அம்பிகா மெடிக்கலில் கெஞ்சிக் கூத்தாடி இரண்டு மாத்திரைகளை வாங்கி போட்டுக்கொண்டான். 'தூக்க மாத்திரை சாப்பிட்டா, அதே பழக்கம்தான் வரும். கண்ட மாத்திரையப் போட்டு ஒடம்ப கெடுத்துக்காதீங்க.' மனைவி மஞ்சுவின் கறார் வார்த்தைகளால், அப்போதே மாத்திரைக்கு முட்டுக்கட்டைபோட்டுவிட்டான். இப்போதெல்லாம் அடிக்கடி தூக்கமின்மை அவனைத் துரத்திக் கொண்டிருந்தது.

செல்போனை எடுத்து யூடியூபில் 'தூக்கமின்மை' என டைப் செய்ய, 'இந்த இசையைக் கேட்டால், உங்களுக்கு ஆழ்ந்த தூக்கம் வரும்.' என்றது அந்த வீடியோ. அடுத்த சில நொடிகளில் அந்த மெல்லிய இசை அந்த அறை முழுவதையும் ஆக்கிரமிப்பு செய்துகொண்டிருந்தது. அவற்றில் சில கீற்றுக்கள் மட்டும் சுகுமாரின் காதுமடல் வழியாகப் புகுந்து மூளை நரம்புகளை அதிரச் செய்தது.

மயிலிறகுபோல இதமாய் மனதை வருடுவதுதானே இசை? முரட்டுக் கம்பிகளால் காதுகளைச் சொறிவதுபோலல்லவா அவனுக்கு இருந்தது. அந்த இசைக்கு இசையாதிருந்தது மனக்குரங்கு. அழுத்தப்பட்ட உதடுகள் இரண்டும் பிளவுற்று இணையும் அரைநொடிப் பொழுதில் வெளியான 'ப்ச்' என்ற ஓசை ஐந்து நிமிடமாய் அறையில் படர்ந்துகொண்டிருந்த செல்போன் இசைக்கு முற்றுப்புள்ளி வைத்துவிட்டது. ஆனாலும் விரல்கள் அதையே வருடிக்கொண்டிருந்தன. புல்வெளியில் படர்ந்த பனித்துளியை சூரியன் கவர்வதுபோல, மிச்சமிருந்த தூக்கமும் செல்போனால் மொத்தமாகத் தொலைந்துபோனது.

சோம்பல் முறித்தெழுந்து, கண்களைத் திறந்து எதையோ வெறித்துப் பார்த்துக்கொண்டிருந்தான். லுங்கியை மடித்துக் கட்டிக்கொண்டு செல்போன் சகிதமாக ஹாலுக்கு வந்தான். வாட்டர்

பாட்டிலில் இருந்த தண்ணீரில் பாதியைக் குடித்துவிட்டு சோஃபாவில் அமர்ந்தான். டிவியை ஆன்செய்துவிட்டு சிகரெட் பாக்கெட்டை எடுத்தான். பாக்கெட்டில் கடைசியாக மிச்சம் இருந்த அந்த ஒற்றை சிகரெட் அறையில் புகையைப் பரப்பியது. அன்றைய தலைப்பு செய்திகளும் விவாதங்களும் மறுஒளிபரப்பாகிக்கொண்டிருந்தன. சேனலை மாற்றினாலும் அந்தரங்க மருத்துவர்களும், கவர்ச்சி நடனங்களும் கச்சை கட்டின. இவை அனைத்துமே அவனுக்கு எரிச்சலூட்டியதுதான் மிச்சம். டிவியை ஆஃப் செய்துவிட்டு சோஃபாவில் சாய்ந்தான் சுகு.

மதிய நேரத்தில் மஞ்சுவிடம் பேசியதெல்லாம் சுகுமாரின் நினைவிற்கு வந்தன.

''எங்க அப்பா போன் பண்ணார். வையாபுரி சித்தப்பாவுக்கு ஒடம்பு சரியில்லையாம். வேலூர் கவர்மென்ட் ஹாஸ்பிட்டலுக்குக் கூட்டிட்டுப் போயிருக்காங்க. ரொம்ப நாள் தாங்காது வீட்டுக்குக் கூட்டிட்டுப் போங்கன்னு சொல்லிட்டாங்களாம். வீட்ல படுத்த படுக்கையா கெடக்குறார். கண்ணை மூடுறதுக்குள்ள உங்களையெல்லாம் ஒரு தடவ பாத்துட்டா போதும்னு நெனக்குறார்.''

''ரெண்டு நாள் கழிச்சு போகலாம்.''

''அதுவரைக்கும் தாங்காதாம். இன்னைக்கே வந்தா நல்லதுன்னார்.''

''வேலை விஷயமா நாளைக்கு முக்கியமான ஒருத்தரைப் பார்க்க சென்னை போக வேண்டியிருக்கு. அவசரம்னா, நீயும் கீர்த்தனாவும் மட்டும் போயிட்டு வாங்க.''

''எங்க ஆளுங்களுக்கு ஏதாவதுன்னா மட்டும் உங்களுக்கு முக்கியமான வேலை வந்துடும். ரெண்டு வயசு கொழந்தையத் தூக்கிக்கிட்டு நான் மட்டும் எப்படித் தனியா போவேன்?'' சலித்துக்கொண்டாள் மஞ்சு.

‘‘உங்கப்பா பண உதவி செஞ்சிருந்தாகூட போன வருஷமே உனக்கு கவர்மெண்ட் வேலை கெடச்சிருக்கும். வெலைய கொறச்சிக் கேட்கறாங்கன்னு நெலத்த விக்காம அப்படியே வெச்சிருக்காரு. வெறும் 22,000 சம்பளத்துல இந்த ஊருல குடும்பம் நடத்த முடியாதும்மா தாயி. எனக்கும் ஏதாவது நல்ல வேலை கிடைக்காதான்னு பல வருஷமா ஓடியாடித் தேடிக்கிட்டிருக்கேன். எங்க ஊருக்கு பக்கத்துலேயே புதுசா ஒரு கெமிக்கல் கம்பெனி தொடங்குறாங்க. அங்க லேப் இன்சார்ஜ் வேலை வாங்கி தர்றதா என்னோட சீனியர் பாஸ்கர் சார் சொல்லி இருக்கார். வேலை கிடைச்சா 30,000 ரூபாய் வரை சம்பளம் இருக்கும். வருஷத்துக்கு ஒரு முறை இங்ரிமென்ட்டும் போடுவாங்கன்னு சொன்னார். நாளைக்கு காலையில அது விஷயமாத்தான் நுங்கம்பாக்கம் போறேன். வேலை கிடைச்சதும் கிராமத்து வீட்டுக்கே போயிடலாம். வாடகை செலவெல்லாம் மிச்சம். எவன் கால்ல கையில விழுந்தாவது நல்ல வேலைக்குப் போயிடலாம்னு நெனக்குறேன். தேடி வர்ற வேலைக்கு உங்க சித்தப்பா வேட்டு வெச்சிடுவாரோன்னு பயமா இருக்கு’’

‘‘வேற ஒருநாள்ல போய் பார்க்கக் கூடாதா?’’

‘‘கம்பெனி புராஜெக்ட் விஷயமா அந்த எம்.டி நாளைக்கு ஆஸ்திரேலியா போறாராம். திரும்ப வர மூணு மாசத்துக்கு மேல ஆகும். பாஸ்கர் சாருக்கும் அவரண்டை ஏதோ முக்கியமான வேலை இருக்காம். வேளச்சேரியில இருந்து பாஸ்கர் சார் நேரா அங்கே வந்துடுவாரு. ‘நீ வந்தா மட்டும் போதும், கன்ஃபார்மா வேலை கெடச்சுடும்’னு சொன்னார். இந்த சான்ஸை விட்டுட்டு எப்படி வர முடியும்? சித்தி ஏதாவது கேட்டா, வேலை விஷயமா அவசரமா வெளிய போயிருக்கிறார். நாளைக்கு மதியம் வந்துடுவார்னு சொல்லு. 11.00 மணிக்கெல்லாம் அங்கிருந்து கௌம்பிடுவேன். அப்படியே பஸ்ஸ புடிச்சு நேரா வேலூருக்கு வந்துடுறேன்.’’

"ஊருக்கு வர்றேன்னு சொல்லிட்டு வீட்டுக்கு வந்து தூங்கிடாதீங்க." மூடிவைத்த குழாயில் கோத்துக் கசியும் நீர் போல் ஆயின மஞ்சுவின் கண்கள்.

வையாபுரி கவலைக்கிடமாக இருப்பது பற்றி சுகுமாருக்கு பெரிய கவலையெல்லாம் கிடையாது. மஞ்சுவுக்காக தலையைக் காட்ட வேண்டும் என்ற கட்டாயம் மட்டும்தான். மஞ்சுவையும் கீர்த்தனாவையும் பேருந்தில் ஏற்றி அனுப்பிய சாயங்கால நினைவுகளிலிருந்து மீண்டு வந்தான்.

காலியாக இருந்த சிகரெட் பாக்கெட்டை குப்பைத் தொட்டியில் போட்டுவிட்டு, வீட்டுக் கதவை வெளியில் தாழிட்டு மாடிக்கு வந்தான். நிலவு மறைந்த தடம் தெரியாமல் இருட்டியிருந்தது நள்ளிரவு வானம். வீட்டின் முன்பகுதியில் உள்ள மொட்டை மாடியிலிருந்து வெளியே பார்த்தால் இரண்டு தெருமுனைகளும் நன்றாகத் தெரியும். அங்கொன்றும் இங்கொன்றுமாக தெருவிளக்குகள் திட்டுத்திட்டாக வெளிச்சத்தைப் பரப்பிவிட்டுக் கொண்டிருந்தன. வாகனங்களின் இரைச்சலும் தெருநாய்களில் குரைச்சலும் அவ்வப்போது நிசப்தத்தைச் சிதைத்துக்கொண்டிருந்தன.

வலதுபக்க முச்சந்தியில் வெள்ளை வேட்டி, வெள்ளைச் சட்டை சகிதமாக 50 வயது மதிக்கத்தக்க நபர் செல்போனில் பேசியபடி நின்றிருந்தார். அவரின் அருகே ஆட்டோ ஒன்று வந்து நின்றது. ஆட்டோ டிரைவரும், அவரும் நீண்ட நேரமாகப் பேசிக்கொண்டிருந்தார்கள். 'அவர்களுக்குள் ஏற்கெனவே அறிமுகம் இருந்திருக்குமா? ஆனாலும் கூட அர்த்தராத்திரியில அப்படி என்ன முக்கியமான விஷயத்தைப் பேசிக்குவாங்க? ஒருவேளை வீட்ல யாருக்காவது உடம்பு சரியில்லாமல் இருக்குமா? ஏதாவது கெட்ட சம்பவம் நடக்கப்போகுதா? அவருக்கு வேறு ஏதாவது பிரச்சனை இருக்குமா? யாரையாவது எதிர்பார்த்து காத்துக்கொண்டிருக்கிறார்களா?' பாதாளக் கரண்டியின்

முனைகளைப்போல கொத்துக் கொத்தாய் கேள்விகள் மனதை கிளறிக்கொண்டிருந்தன.

சற்று நேரத்தில் இருசக்கர வாகனத்தில் லத்தியுடன் வந்த இரவு ரோந்து காவலர், அவர்கள் அருகே வண்டியை நிறுத்தினார். முத்தரப்புப் பேச்சுவார்த்தையாய் அந்தப் படலம் தொடர்ந்தது. சுகுமாருக்கு ஆர்வம் கூடிக்கொண்டே இருந்தது. சற்று நேரத்தில் ஆட்டோ அங்கிருந்து கிளம்பியது. டூ வீலர் டேங்க் கவரிலிருந்து சிறிய பை ஒன்றை எடுத்தார் அந்தக் காவலர். வெள்ளைச் சட்டை ஆசாமி அதை நீண்ட நேரம் எதிர்பார்த்துக்கொண்டிருந்ததுபோல வாஞ்சையாய் வாங்கிக் கொண்டார். பையைப் பிரித்து தலையைக் கவிழ்ந்தார். பிறகு எல்லாம் சரியாக இருப்பதுபோலத் தலையை ஆட்டிக்கொண்டார். அவருக்குத் தேவையான ஏதோ ஒன்று அதில் இருந்திருக்க வேண்டும். சுகுமாருக்கு இன்னும் ஆர்வம் கூடிக்கொண்டே சென்றது. அடுத்த ஐந்து நிமிடத்தில் டூ வீலரும் அங்கிருந்து கிளம்பியது. வெள்ளைச் சட்டை உருவமும் நகர்ந்து தூரத்து இருளில் மறைந்தது.

'அந்த பார்சலில் அப்படி என்னதான் இருக்கும்? பணம், பிரியாணி பொட்டலம். இல்லைன்னா பிராந்தி பாட்டில் ஏதோ ஒண்ணு இருக்கும்! இந்த ராத்திரியில மனுஷன் வேறெத தேடப்போறான். அப்படித்தான் இருக்கணுமா என்ன? அவர் தவற விட்டுட்டு வந்த பையாகூட இருக்கலாம். இல்லைன்னா, வீட்ல இருக்கிறவங்களுக்குத் தேவையான மருந்தாகூட இருக்கலாம்!' நானே கேள்வி நானே பதில் ரகத்தில் யூகங்களுக்கு விடையை நிரப்பிக்கொண்டிருந்தான்.

'தூங்காமல் விழித்துக்கொண்டிருக்க நான் என்ன ஆந்தையா...? ஆமாம், ஆந்தை பகலிலாவது உறங்குமா?' மீண்டும் சுகுமாருக்கு கேள்விகள் முளைக்கத் தொடங்கின. யார் வரவையும் எதிர்நோக்காமல், தெருமுனைகளை வெறித்துப் பார்த்துக்கொண்டிருந்தான்.

தூரத்தில் எச்சரிக்கைக்காக எழும்பிய நாய்களின் குரைப்புச் சத்தம் அவன் வசிக்கும் தெரு வரை கேட்டது. எதிர் வீட்டு நாய்களும் தங்கள் பங்கிற்குக் குரைக்கத் தொடங்கின. வீட்டுக்கு எதிரில் உள்ள அப்பார்ட்மென்ட்டில் சேரில் சாய்ந்து தூங்கிக்கொண்டிருந்த வயதான செக்யூரிட்டி வெளியே வந்தார். நாய்களை விரட்டியடித்துவிட்டு மீண்டும் சேரில் சாய்ந்து தூங்க ஆரம்பித்துவிட்டார். மனசுக்குள் ஒரு வெறுமை சுகுமாரைப் பீடித்துக்கொண்டது. மீண்டும் தெருமுனையையே வெறித்துப் பார்த்துக்கொண்டிருந்தான்.

'எனக்கு ஏன் தூக்கம் வரவில்லை? கடன் கழுத்தை நெரிக்கவில்லை. குடும்ப உறவுகளில் பெரிய விரிசல் இல்லை. வயிற்றைக் கழுவிக்கொள்ளும் அளவிற்குச் சம்பாதிக்கிறேன். என்னைவிடக் கவலைகள் அதிகமாக இருப்பவர்கள் இந்த உலகத்தில் ஏராளம். அவர்களெல்லாம் உறங்குகிறார்களே... ஒருவேளை, அவர்களும் உறங்குவதைப்போல நடிக்கிறார்களா?' வெட்ட வெட்ட துளிர்க்கும் மூங்கில்போல் கேள்விகள் முளைத்துக்கொண்டே இருந்தன.

சுகுமாரின் மனக்குரங்கு பால்ய வயதுக் கிளைகளில் துள்ளிக் குதிக்கத் தொடங்கியது. ஐந்து மணிக்கெல்லாம் எழுப்பிவிட்டுப் படிக்கச் சொல்வார் அப்பா தங்கராசு. தூக்கம் கண்களை இழுத்துக் கொண்டே போகும். குரங்குகளை உச்சியில் ஏற்றிய சவுக்கு மரத்தைப் போல, சுகுமாரின் தலை சொக்கி மெள்ள கீழிறங்கும். ஓரிரு நொடிகளில் நெருப்பைத் தொட்ட விரல்போல வெடுக்கென மேலே நிமிரும். சுற்றும் முற்றும் பார்த்துவிட்டு மீண்டும் படிப்பான் சுகுமார்.

'அதிகாலையில படிச்சாதான் மனசுல நிக்கும். தூங்காம ஒழுங்கா படிடா சுகு' என அடிக்கடி மிரட்டல் தொனியில் சொல்வார் அப்பா. ஞாயிற்றுக்கிழமைகளில்கூட ஏழு மணி வரை தூங்க முடியாது. அதையும் மீறி தூங்கிவிட்டால் 'தூங்கு மூஞ்சி... இப்படியே ஏழு மணி வரைக்கும் தூங்கினா தரித்திரம்தான் புடிக்கும்' என வசைபாடுவார்.

'ஒரு நாளைக்காவது நிம்மதியா தூங்கவிடுறாங்களா?' என்ற ஆதங்கம் சுகுமாரின் மனதுக்குள் இருந்துகொண்டே இருக்கும். பன்னிரெண்டாம் வகுப்பு படிக்கும்போது அதிகாலை நான்கு மணிக்கெல்லாம் எழுந்து படித்துக்கொண்டிருப்பான் சுகுமார். விடியற்காலை என்பதால் தூக்கம் கண்களைச் சொக்கும். தூக்கம் வராமல் இருக்க முன்னாள் இரவு ஃபிளாஸ்க்கில் அம்மா டீ போட்டு வைத்துவிடுவாள். சுடச்சுட டீயைக் குடித்து, வந்த தூக்கத்தை வலிந்து விரட்டி கண்விழித்துப் படிப்பான் சுகுமார். மதிய உணவு முடிந்து தொடங்கும் ஐந்தாவது பிரியட் தாவரவியல் வகுப்பில் ஒருநாள் பெஞ்சில் தலை வைத்துத் தூங்கிவிட்டான். ஆழந்த உறக்கம் குறட்டைச் சத்தத்தை உயிர்ப்பித்தது.

அதைப் பார்த்த தாவரவியல் ஆசிரியர் துரைசாமி, "மக்கட்டை... மக்கட்டை... தொண்ட தண்ணி வத்த பாடம் எடுத்துக்கிட்டு இருக்கேன். எங்கிருந்து உனக்கு தூக்கம் வரும்? பெஞ்ச்சு மேல எழுந்து நில்லு. அப்பதான் உனக்கு புத்திவரும்." என்றார்.

தூக்கம் அவனை வெட்கித் தலைகுனியச் செய்தது.

பதினைந்து வருடங்களுக்கு முன்பு மூளை மடிப்புகளில் படிந்த துரைசாமியின் குரல், இப்போது எதிரொலிக்கத் தொடங்கியது. பள்ளி முடிந்ததும் அருகிலேயே டியூஷன் சென்றுவிடுவான். டியூஷன் முடிந்ததும் எட்டு மணி டவுன் பஸ்ஸில் வீடு திரும்புவான். ஒரு நாள் பேருந்தில் ஆழ்ந்து தூங்கிவிட்டான். இரண்டு மூன்று ஸ்டாப்பிங்கைக் கடந்து நடத்துநர் இறக்கிவிட்டார். தூக்கத்தின் மீது வெறுப்பு ஏற்பட்டவனாய் இரவு நேரத்தில் நடந்தே வீடு வந்து சேர்ந்ததெல்லாம் இப்போது நினைவிற்கு வந்து போனது.

கல்லூரிக் காலங்களில் ஹாஸ்டலில் படுக்கச் செல்லும் முன்பு ஆங்கிலப் புத்தகத்தைப் புரட்டுவான். அதற்கு முக்கியமான காரணம் ஒன்று உண்டு. படுத்தவுடனே தூக்கம் வருவதற்கு ஆங்கிலப் புத்தகம் அவனுக்குத் துணையாய் இருந்தது. ஹாஸ்டல் நாட்களில் சில நேரம்

எட்டு மணி வரைகூட உறக்கம் இருக்கும். விடுமுறை தினமென்றால் பகலில்கூட நன்றாகத் தூங்கிப் பொழுதைக் கழிப்பான் சுகுமார். அதுதான் அவன் உறக்கத்தின் பொற்காலம்!

பக்கத்து அறையில் நண்பர்கள் தூங்கிக்கொண்டிருக்கும்போது நள்ளிரவில் காதில் தண்ணீர் ஊற்றிக் கதறவிடுவான் சுகுமார். 'டேய், நீ தூக்கமே வராம கஷ்டப்படுவடா. என்னோட சாபம் உன்னை சும்மா விடாது சுகு!' எனக் கல்லூரி நண்பன் பாலாஜி சாபமிட்டது இப்போது நினைவிற்கு வந்தது. 'ஒருவேளை பாலாஜி இட்ட சாபம்தானா இது! ச்சே... அப்படியெல்லாம் இருக்காது. அவன் என்னைப்பற்றி என்னென்னமோ சொல்லி இருக்கிறான். எல்லாம் பலித்துவிட்டதா என்ன? தூங்கும் நாய் மேல் தண்ணீர் ஊற்றி விரட்டி இருக்கிறேன். வாலில் பட்டாசுக் கொளுத்தி தலைதெறிக்க ஓடவிட்டிருக்கிறேன். அந்த நாய்ங்க ஏதாவது சாபமிட்டிருக்குமா?' எப்போதோ நடந்த சம்பவங்களையெல்லாம் குப்பையைக் கிளறுவதுபோல கிளறிக்கொண்டிருந்தது மனக்குரங்கு. நமட்டுச்சிரிப்பு சிரித்துக்கொண்டான் சுகுமார்.

இவையெல்லாம் நினைவிற்கு வந்ததால் தூக்கம் போனதா... இல்லை, தூக்கம் போனதால் இவையெல்லாம் நினைவிற்கு வந்தனவா? இந்தக் கேள்விகளுக்கு அவனிடம் பதில் இல்லை. செல்போனை எடுத்து நேரம் பார்த்தான். மணி மூன்றை கடந்திருந்தது. மீண்டும் ஹாலுக்கு வந்து ரிமோட்டைக் கையிலெடுத்தான். டிவியில் ஒளிபரப்பான பழைய பாடல்கள் அவனின் நேரத்தைக் கடத்திக்கொண்டிருந்தன. கீழ் வானம் வெளுக்கத் தொடங்கியது. வாகனங்களின் உறுமல்கள் நிசப்தத்தைக் கலைத்துக்கொண்டிருந்தன.

'ஒன்பதரை மணிக்கெல்லாம் போனாத்தான் அவரைப் பார்க்க முடியும் சுகு. லேட் ஆச்சுன்னா நான் பொறுப்பில்லை.' முந்தைய நாள் பாஸ்கர் அழுத்தமாகச் சொன்னது நினைவிற்கு வந்தது.

‘காலை 8.10 ரயிலைப் பிடித்தால், ஒன்பது மணிக்கெல்லாம் நுங்கம்பாக்கம் ரயில் நிலையத்துக்குப் போயிடலாம். அங்கிருந்து ஆட்டோவில் ஐந்து நிமிடத்தில் அந்த இடத்திற்குப் போயிவிடலாம்’ எனத் திட்டமிட்டுக்கொண்டான். தனக்குப் பிடித்த கருநீல கட்டம் போட்ட சட்டையை எடுத்து உடுத்திக்கொண்டான். ரயில் வரும் நேரத்திற்கு முன்கூட்டியே நடைமேடைக்கு வந்து காத்திருந்தான்.

சுகுமார் ரயில் பயணம் தொடங்கிய நேரத்தில், வையாபுரியின் வாழ்க்கைப் பயணம் நிறைவு பெற்றிருந்தது. வார்த்தைகள் வராமல் கதறிக்கொண்டிருந்தாள் மஞ்சு. அடுத்தடுத்து வேலைகளில் எல்லோரும் மும்முரமானார்கள். ‘அவருக்கு நீயே தகவலைச் சொல்லிடும்மா...’ என அங்கு இருந்தவர்கள் சொல்ல, விசும்பிக் கொண்டே தலையசைத்தாள் மஞ்சு.

தாம்பரத்தை ரயில் நெருங்கிக்கொண்டிருந்தது. காலியான ஜன்னலவோர இருக்கையைப் பிடித்து அமர்ந்தான் சுகுமார். பாக்கெட்டிலிருந்த செல்போன் அலரியது.

‘‘தாம்பரம் தாண்டி வந்துக்கிட்டு இருக்கேன் சார். ஃபிப்டீன் மினிட்ஸ் முன்னாடியே அங்க இருப்பேன்.’’ பாஸ்கருக்கு பதில் அளித்துவிட்டு செல்போனை தற்காலிகமாக சைலன்ட் மோடுக்கு மாற்றிக்கொண்டான் சுகு.

ரிலாக்ஸாக சாய்ந்து அமர்ந்து கண்களை மூடிக்கொண்டு, அவருடன் என்ன பேசுவது, அடுத்ததாக என்ன செய்ய வேண்டும் என்பது பற்றி நினைக்கத் தொடங்கினான். ‘வேலை கிடைச்சதும் மொதல்ல மஞ்சு நகையை மூட்டு கொடுத்துடணும். ஒண்ணுத்துக்கும் உதவாத அந்தப் பழைய பைக்கை வித்துட்டு லேட்டஸ்ட் புல்லட் ஒண்ணு வாங்கிடனும். கீர்த்தனாவையும் சி.பி.எஸ்.சி ஸ்கூல்ல சேர்த்துடலாம்.’ நிகழ்காலத்திற்கு முன்பாக முகப்பு விளக்கைப்போல மனவோட்டம் சீறிப்பாய்ந்து சென்றுகொண்டிருந்தது.

காலை 9.40...

'செங்கல்பட்டு வரை செல்லும் அடுத்த மின் தொடர்வண்டி இன்னும் சற்று நேரத்தில் இரண்டாவது நடைமேடையிலிருந்து புறப்படும்.' - சென்னை கடற்கரை ரயில் நிலையத்தில் அறிவிப்புகள் வெளியாகிக்கொண்டிருந்தன.

மஞ்சுவிடமிருந்தும், பாஸ்கரிடமிருந்தும் தொடர்ந்து அழைப்புகள் வந்துகொண்டே இருந்தன. ஆனால் இவை எதுவும் சுகுமாரின் காதுகளுக்கு எட்டவில்லை.

ஜன்னலோர இருக்கையில் சாய்ந்தபடி ஆழ்ந்து உறங்கிக்கொண்டிருந்தான் சுகுமார்! இரவெல்லாம் தேடியலைந்த நித்திரா தேவி அவனை ஆரத் தழுவிக்கொண்டிருந்தாள்.

நரை முதிர் திரை

குளிரும் வெயிலும் பிசைந்துப் படர்ந்த இதமான முன்பனிக் காலத்தின் முற்பகல் அது. சாய்வு நாற்காலியின் மீது அமர்ந்து ஏகாந்தமாய் ஓய்வைக் கழித்துக்கொண்டிருந்தார் ரகுபதி. உருவம் அல்லாத ஒருவருடன் மனதுக்குள் தர்க்கம் பேசிக்கொண்டிருந்தார். அது அவரின் இயலாமை கட்டமைத்த பிம்பம்.

''எனக்கும் இந்த உலகத்துக்குமான இடைவெளி கொஞ்சக் கொஞ்சமாக நீண்டுகொண்டே செல்கிறது. இந்த இடைவெளி தேவைதானா என்ற கேள்விகள் என்னுள் துளைக்கத் தொடங்கிவிட்டன. அதனாலேயே இடைவெளி இல்லாத இறுதிப் பயணத்திற்குத் தயாராகிவிட்டேன். மானுட வாழ்வியலின் நிறைவான ஒரு முதிர்ச்சியோடு முற்றாக முடிந்துவிடப்போகிறது நான் கட்டமைத்து வைத்த எனக்கான உலகம். என் இறுதி மூச்சுக் காற்றில் கரைந்து காணாமல்போகும் நாள் வெகுதொலைவில் இல்லை. என்னுடைய இந்த முடிவு சரியானதா எனத் தெரியவில்லை. ஆனால் அவசியமானது!

உயிர் என்பது, நம்மைத் துரத்திக்கொண்டே இருக்கும் நினைவுகளேயன்றி; உண்பதும் உறங்குவதும் அல்ல. நன்றோ, தீதோ நினைவுகள் துடிப்புடன் இருக்கும் வரை நமக்கான உலகம் உழலும். அசைபோட்டு அசைபோட்டு சுவையற்றுக் கிடக்கும் வெறும்

சக்கையைத் துப்ப மணம் இல்லாமல் மென்று கொண்டிருப்பதில் என்ன பலன் இருக்கப்போகிறது? முழுமை என்பது எதுவரை? இதற்கு என்னிடம் பதில் இல்லை. ஆனால் நான் முழுமை அடைந்துவிட்டதாகவே உணர்கிறேன். அப்படி என்ன சலிப்பு என்றுதானே கேட்கிறீங்க? கொஞ்சம் பொறுங்க... 'கேப்பி' சத்தம் போட்டுக்கிட்டே இருக்கான். அவனுக்குச் சாப்பிட நேரம் ஆச்சு. சாப்பாடு கொடுத்துட்டு வந்துடுறேன்.

ரொம்பப் பாசக்காரன் கேப்பி. ஜெர்மன் ஷெப்பர்டு இனத்தைச் சேர்ந்தவன். என்னோட பேத்தி ஆர்த்திதான் 'கேப்பி'ன்னு பேரு வெச்சது. 'கேப்பி'ன்னா 'கேப்டன்'னு அர்த்தமாம். கேப்பிக்கு பால் சாதம்னா ரொம்பப் பிடிக்கும். காலையில வாக்கிங் கூட்டிக்கிட்டு போகணும். அடிக்கடி அவன்கூட விளையாடிக்கிட்டே இருக்கணும். தடவிக் கொடுக்கணும். பேசிக்கிட்டே இருக்கணும். பேசப் பேச கேட்டுக்கிட்டே இருப்பான். ஆர்த்தியும் அடிக்கடி வீடியோ கால்ல அவன்கூட பேசுவா. நானும் கேப்பிக்கு இராமாயணம், மகாபாரதம்னு கதையெல்லாம் சொல்வேன். மகன், பேரன், பேத்தி எல்லாரைப் பத்தியும் கேப்பிக்குச் சொல்வேன். அமைதியா கேட்டுக்கிட்டிருப்பான். இதெல்லாம் கேப்பிக்குப் புரியுமான்னு தெரியாது. கேப்பிகூட பேசறதுன்னா எனக்குப் பிடிக்கும். அவனுக்கும் பிடிக்கும். அவ்வளவுதான்.

மூன்று மாதக் குட்டியா இருக்கும்போது கேப்பிய வாங்கி வந்தேன். அவன் வீட்டுக்கு வந்து ஒரு வருஷம் தான் ஆகுது. அதனால கேப்பிக்கு என்னோட கல்யாணிய தெரியாது என்னோட மனசுதான், கல்யாணியோட செயல். அந்த அளவுக்கு என்னைப் புரிஞ்சு வெச்சிக்கிட்டு வாழ்ந்த மனுஷி. வாழ்க்கையில என்னோட ஏற்ற இறக்கம் எல்லாத்துலயும் அவளோட பங்கு இருக்கும். மனைவி அமைவது இறைவன் கொடுத்த வரம்னு சொல்வாங்க. அந்த வகையில கடவுளுக்கு நன்றி சொல்ல இந்த ஜென்மம் போதாது. ஆசைக்கு ஒரு பிள்ளை போதும்னு நிறுத்திக்கிட்டோம். எந்தக் கெட்ட

பா. ஜெயவேல்

பழக்கத்திற்கு ஆளாகதவாறு பார்த்துப் பார்த்து பையனை வளர்த்தோம். ஐஐடி படிப்பு, அமெரிக்காவில் வேலை, பெரிய இடத்து சம்பந்தம்னு அவனுக்கு எந்தக் குறையும் இல்லை. நாங்க நினைச்சது போலவே ரொம்ப சந்தோஷமா போய்கிட்டிருந்தது. கல்யாணம், காதுகுத்து, திருவிழான்னு வெளியூருக்குப் போனால் சந்தோஷ் பற்றி என்னிடம் நலம் விசாரிப்பாங்க. ‘கார் வாங்கிட்டான்; வீடு வாங்கிட்டான்; கிரீன் கார்டு வாங்கிட்டான்’னு அவனைப்பற்றி சொல்லச் சொல்ல எனக்கும் கல்யாணிக்கும் பெருமையா இருக்கும். எங்க போனாலும் சுற்றாரிடத்தில் எனக்குன்னு தனி மரியாதையும் கிடைக்கும். ‘சந்தோஷ் மாதிரி படிச்சு பெரிய வேலைக்குப் போகணும்’னு பிள்ளைங்களுக்கு பெத்தவங்க பாடம் எடுப்பாங்க. இதெல்லாம் எனக்குள்ள எனர்ஜியா இருக்கும். வருஷத்திற்கு ஒரு முறை சந்தோஷ், மனைவி ரம்யா, மகன் ஆகாஷ், மகள் ஆர்த்தி என குடும்பத்தோடு வீட்டுக்கு வருவாங்க. ஒரு சாதாரண குடிமகன் வீட்டிற்கு மன்னர் வந்தால் எந்த அளவிற்கு மகிழ்ச்சியோடும் அக்கறையோடும் கவனிப்பானோ, அதுபோல கல்யாணி அவங்களை கவனித்துக்கொள்வாள். பிடித்ததையெல்லாம் செஞ்சு கொடுப்பாள். அப்பவே எல்லா பண்டிகையும் மொத்தமாக கொண்டாடிடணும்னு எங்களுக்குத் தோணும்.

ரெண்டு வருஷத்துக்கு ஒருமுறை அமெரிக்கா போயிட்டு வருவோம். கல்யாணம் ஆன புதுசுல, ‘நீங்க வாத்தியாரா இருந்து சம்பாதிச்சது போதும். ரிட்டையர்டுக்குப் பிறகு எங்க கூடவே தங்கிக்கப்பா’ன்னு சந்தோஷ் ஊருக்கு வரும்போதெல்லாம் சொல்வான். நானும் ‘பிறகு பார்த்துக்கலாம்’னு சொல்வேன். நெலத்துல இறங்கி கஷ்டப்பட முடியாதுன்னு வீட்டைச் சுற்றி இருக்கிற இடத்தைத் தவிர, நஞ்சை புஞ்சைன்னு இருந்த 18 ஏக்கர் நிலத்தையும் வித்துட்டேன். அதுவும் எங்க அக்கவுன்ட்ல ஏழெட்டு இலக்கத்துல நம்பரா இருக்கு. ‘உங்க மூச்சு இருக்குற வரைக்கும் அதை நீங்களே

உங்க செலவுக்கு வெச்சிகுங்கப்பா'ன்னு சந்தோஷ் சொல்லிட்டான். அதுல வரும் வட்டியகூட முழுசா செலவு செய்ய முடியாது.

கோயில், குளம்னு அடிக்கடிப் போய் வருவோம். அங்க பிச்சை எடுப்பவங்களப் பார்த்தாலே எனக்குக் கோபம் பீரிட்டு வரும். ஆளுக்கு பத்து ரூபாயைத் தட்டுல போடுவேன். 'உங்களுக்குன்னு தனியா சேர்த்துவெச்சிருந்தா இந்த நிலைமை வந்திருக்காது, நான் சம்பாதித்த காசை என் விருப்பப்படிதான் செலவு செய்கிறேன். என் பிள்ளையையும் நல்லா வளர்த்திருக்கேன்' என அறிவுரை சொல்வேன். 'எல்லாம் விதி சாமி'ன்னு உள்மனதில் நொந்துக்கிட்டாலும், சந்தோஷமா கையெடுத்துக் கும்பிட்டு வாழ்த்துவாங்க. 'சரியாகத் திட்டமிட்டு வாழ்ந்ததால எல்லோருக்கும் என்னால கொடுக்க முடியுது'ன்னு கல்யாணிகிட்ட ரொம்ப சந்தோஷமா சொல்வேன்.

சந்தோஷ் அடிக்கடிச் சொல்வது போலக் கல்யாணியும் வற்புறுத்தி சொன்னதால நாலு வருஷத்துக்கு முன்ன அமெரிக்காவுக்குப் போயிட்டோம். பாதி வருஷம் அங்கேயும், மீதிய இங்கேயும் சந்தோஷமா கழிக்கலாம்னு திட்டமிட்டிருந்தோம். ஆரம்பத்துல ரம்யாவும் ரொம்ப அக்கறையா எங்கள கவனிச்சுக்கிட்டா. ஆனா, அவங்களோட எல்லா விஷயத்துலேயும் என்னால் தலையிட முடியலை. ஏதாவது குறையிருந்தா பக்குவமாகத்தான் சொல்வோம். அவளும் சிரிச்சுக்கிட்டே சாதாரணமாகக் கடந்துபோயிடுவாள். நாளாக நாளாக எங்கள் மீதிருந்த அக்கறை தேய ஆரம்பிச்ச மாதிரி ஓர் உணர்வு இருந்தது. விருந்தும் மருந்தும் மூணு நாள்தானே! அக்கம் பக்கத்துல மனம்விட்டுப் பேச மொழியும் இல்லை ஆளும் இல்லை. எப்படியோ ரெண்டு மாதத்துல சொந்த ஊருக்கே வந்துட்டோம். அமெரிக்காவ பத்தியும், மகன், மருமகள் பத்தியும் எல்லோரிடத்திலும் பெருமையா சொல்வோம்.

உலகத்தையே அச்சுறுத்திய கொரோனா காலம் அது. கல்யாணிக்கு திடீர்னு காய்ச்சல் வந்துட்டது. எங்களுக்கு பயமும் பீதியும்

ஏற்பட்டது. உடனே ஹாஸ்பிட்டல் போயிட்டு வந்தோம். ரிசல்ட் நெகட்டிவ்தான். நிம்மதியோட வீட்டுக்கு வந்துட்டோம். ரெண்டு நாள் ஆகியும் கல்யாணிக்குக் காய்ச்சல் குறையவில்லை. நாளைக்கு காலையில ஹாஸ்பிட்டல் போகலாம்னு சொல்லி காய்ச்சலுக்கு மாத்திரையைக் கொடுத்தேன். ராத்திரி அமைதியா படுத்தவளுக்கு, அதிகாலையிலேயே உடம்பு சில்லிட்டுப்போச்சு. இனி அவ இல்லைங்கிறத ஏற்க மனம் மறுத்தது. எனக்கு அழுகையும் வரல; கண்ணுல தண்ணியும் வரல. கல்யாணி கைய புடிச்சுக்கிட்டு அங்கேயே கொஞ்ச நேரம் அமைதியா உட்காந்துகிட்டேன். நடந்தது உண்மைதானான்னு ஏத்துக்கவே ரொம்ப நேரம் ஆச்சு. ஊரடங்கு காரணமாக சந்தோஷால கல்யாணியின் இறுதிச் சடங்குக்குக்கூட இந்தியா வர முடியல. எல்லாத்தையும் வீடியோ கால்ல பார்த்துக்கிட்டான். அந்த ஒரு விடியல், என்னோட உலகத்தை இருளா மாத்திடுச்சு.''

''கல்யாணி... கல்யாணி...'' எனத் தூரத்திலிருக்கும் கூண்டுக் கிளி அழைக்கும் சத்தம் கேட்டது.

''கத்தாதே, இதோ வர்றேன் ஜின்னி...'' என எழுந்த ரகுபதி காதல் கிளிகளுக்கும் கம்பும் திணையும் வைத்துவிட்டு, பக்கத்துக் கூண்டிலிருந்த பச்சைக்கிளி ஜின்னிக்கும் அவற்றை வைத்தார்.

''இன்னும் என்னை கல்யாணின்னுதான் கூப்பிடுவியா, இனிமேல் 'ரகு'ன்னுதான் என்னை கூப்பிடணும் சரியா?'' எனச் செல்லமாக அதட்டிவிட்டு வந்தார். மீண்டும் அதே நினைவலைகளுக்குள் மூழ்கினார்.

''கடந்த ஒரு வருஷமா கேப்பிக்கும், ஜின்னிக்கு பெரும்பாலும் சாப்பாடு வைக்கிறது ஆதிலட்சுமிதான். அக்கா பொண்ணு பிரசவத்துக்காக அவ வெளியூர் போய் ஒரு வாரம் ஆகுது. அவ வர்ற வரைக்கும் நான்தான் இவங்கள கவனிச்சுக்கணும். ஆதிலட்சுமி யாருன்னுதானே கேட்கறீங்க? அவளும் இதே ஊர்தான். ரெண்டு வீடு

தள்ளிதான் அவள் வீடு. ஆனாலும் தூரத்து உறவு முறை. எங்க சித்தப்பாதான் அவளுக்கு கல்யாணம் பண்ணி வெச்சாரு. அடுத்த வருஷமே ஆண் குழந்தை ஒன்றைப் பெத்துட்டா. ரெண்டு வருஷம் கழிச்சு அந்தக் குழந்தை நோயால் நோஞ்சானா மாறிப்போச்சு. மனசு நொந்துபோன அவ புருஷன், வேலை வெட்டிக்குப் போகாம நொடிஞ்சுட்டான். குடிச்சுக் குடிச்சு மஞ்சள் காமாலைக்கு உயிர எழுதிக் கொடுத்துட்டான். ஆறுதலுக்கு இருந்த பையனும் பத்து வருஷத்தத் தாண்டல. புகுந்த இடத்துல எந்த ஆதரவும் இல்லை. அதனால சொந்த ஊருக்கே திரும்பி வந்துட்டா. நாம பார்த்து கல்யாணம் செய்து வெச்சோம் இப்படி வாழ்க்கை போயிட்டுதேங்கிறது சித்தப்பாவோட கவலையா இருந்தது. எப்போதும் எங்களுக்கு உதவியா இருப்பா. பண்டிகை ஏதாவதுன்னா கல்யாணிக்கு மூணாவது கை அவதான். 'அக்கா... அக்கா'ன்னு வாசல்ல இருந்தே கட்டியம் போட்டுக்கொண்டுதான் வருவா. கல்யாணி போனதுக்கப்புறம் என்னை கூடவே இருந்து கவனிச்சுக்கச் சொல்லி பையன் சொல்லிட்டான். அம்மா, சகோதரி, துணைவி, வேலைக்காரி இதில் எந்த உறவு வரையறைக்குள்ளும் அவளைக் கொண்டுவர முடியாது. ஏதாவது ஒன்றைக் குறிப்பிட்டு சொன்னால் அது அர்த்தமற்றதாகிவிடும். திசை தெரியாத இந்த ஓடத்திற்கு அவதான் துடுப்பு.

கல்யாணி இல்லாம எனக்கு உறவுக்காரங்க விசேஷத்துக்குப் போக விருப்பமில்லை. எந்த விசேஷமானாலும் கல்யாணியோடு போய்தான் ஆசீர்வாதம் செய்வேன். கூட்டத்தில் தனிமரமா நிற்கும்போது எனக்கே விரக்தி வந்துடுது. ரெண்டு வருஷம் எப்படியோ உருண்டோடி போயிடுச்சு. ஆனாலும் எப்பவாவது கனவுல வந்து போவாள்.

இப்போ இந்த வீடுதான் என்னோட உலகம். 50 சென்ட் இடத்தில் மையமாக வீடு. பாதுகாப்பிற்காக வீட்டைச் சுற்றி முன்பக்கம் மதிலும்,

பக்கவாட்டிலும் பின்புறமும் கம்பி வேலியும் அரணாய் அமைத்து இருந்தோம். ஆனால், அரணாக நினைத்தது இப்போது சிறையாகத் தெரிகிறது. அந்த எண்ணத்தைப் பொய்யாக்குவதற்காகவே அடிக்கடி வெளியே போகணும்னு தோணும். அதனால நானே போய் காய்கறி வாங்கி வருவேன். கடையிலும், வேலையாட்களிடமும் இப்போதெல்லாம் பேரம் பேசுவதேயில்லை.

மல்லிகை, ரோஜா, கனகாம்பரம் எனக் கல்யாணி ஆசை ஆசையாய் வளர்த்த செடிகள் இன்னும் பூத்துக்கொண்டுதான் இருக்கின்றன. அவையெல்லாம் பறித்து கல்யாணிக்கு மாலையாகப் போடச் சொல்லிடுவேன். தேங்காய், மாங்காய் என எதுவானாலும் ஊரில் உள்ளவர்கள் என் வீட்டில் உரிமையாக எடுத்துச் செல்வார்கள். உடம்பு சரியில்லன்னா ஹாஸ்பிட்டலுக்கு அழைச்சுக்கிட்டு போய் வர அக்கம் பக்கத்துல ஆள் இருக்குறாங்க. அவங்க செலவுக்கும் அப்பப்ப கொடுத்தாத்தான் சந்தோஷமா வருவாங்க. கல்யாணி இருந்தால் யாரோட துணையும் எனக்குப் பெரிதாகத் தேவைப்பட்டிருக்காது. அவ இல்லாததைத் தவிர வேற எந்தக் குறையும் எனக்கு இல்லைன்னு தோணும். மிச்சம் இருக்கும் காலமும் நல்லபடியாக இருக்கணும்னு கொஞ்ச கொஞ்சமா என்னை நானே பக்குவப்படுத்திக்கிட்டேன். வாழ்க்கையை அதன் பிடியில விட்டுட்டேன்.

நாலு மாசத்துக்கு முன்னகூட சந்தோஷ் ஊருக்கு வரும்போது 'அமெரிக்காவுக்கு வந்துடுப்பா'ன்னு சொன்னான். எனக்கு அதுல உடன்பாடில்லை. 'அடிக்கடி என்னோடு பேசு. வருஷத்துக்கு ஒருமுறையாவது வந்து போனா அதுவே எனக்குப் போதும்'னு சொல்லிட்டேன். வாழ்க்கை இயல்பாகவே அதன் பாதையில் போய்க்கிட்டிருந்தது. ஆனால் என் வாழ்க்கையை ஒரு தோசை புரட்டிபோட்டுடுச்சுன்னா நம்ப முடியுதா?

தோசைன்னா எனக்கு ரொம்பப் பிடிக்கும். வாரத்துல ஐஞ்சு நாளாவது ராத்திரியில தோசை இருக்கும். கல்யாணி கைப் பக்குவமே

அதற்கு தனி இலக்கணம் கொடுக்கும். தோசைக்கு தனி மாவு, இட்லிக்கு தனிமாவுன்னு தனித்தனியா வெச்சிருப்பாள். வட்டமா, எல்லா பக்கமும் ஒரே சீரான தடிமனில் மாவு, பொன்னிறத்துல முறுவலா, சுடச்சுட அவ தட்டுல தோசையைக் கொண்டு வந்து கொடுப்பாள். சில நேரங்களில் ரெண்டு விதமான சட்னி கப்பில் இருக்கும். ஒரு தோசை சாப்பிட்டு முடிக்கும் நேரத்துல, இன்னொரு தோசை தட்டுல வந்துடும். வழக்கமா நாலு தோசைதான் சாப்பிடுவேன். இன்னும் வேணுமான்னு ஒருபோதும் கேட்கமாட்டாள். என்னோட பசியறிந்து பரிமாற அவளுக்கு மட்டும்தான் தெரியும்.

அவ இல்லாதப்ப எப்பவாவது நான் தோசை வார்த்தா அங்கங்க ஓட்டை தெரியும். அவ்வளவு பக்குவம் இருக்காது. ஒவ்வொரு தோசையைச் சுட்ட பிறகும் அதைச் சாப்பிட்டுவிட்டு கைக் கழுவிக் கொண்டுதான் மறு தோசை வார்ப்பேன். ஒரே நேரத்துல ரெண்டு மூணு தோசையை தட்டுல வச்சுக்கிட்டு சாப்பிட பிடிக்காது. அதனால ஏதாவது ஒரு நாள் கல்யாணி வெளியே போய் வர நேர்ந்தால் அவ வர்ற வரைக்கும் நான் காத்திருப்பேன். தோசை சுடுவதில் கல்யாணி பக்குவம் ஆதிலட்சுமிக்கு இல்லன்னாலும், அது ஒரு குறையா எனக்குத் தெரியல. சட்னியோ, சாம்பாரோ, பருப்புப் பொடியோ ஏதோ ஒண்ணு இருந்தா போதும் என்ற மனநிலைக்கு வந்து ரெண்டு வருஷமாச்சு.

ஆதிலட்சுமியும் என்னைப் பொறுப்போடுதான் பார்த்துக் கொள்வாள். சில நேரங்களில் நான் கஷ்டப்படக்கூடாதுன்னு அவ அதிகமாக என்மீது அக்கறை காட்டுவாள். அது ஆறுதல் சொல்லும் மனநிலையா, இல்லை என் மீது காட்டும் கரிசனமான்னு தெரியாது. இப்பகூட ஊருக்கு போகும் முன் ஒரு வாரத்துக்குத் தேவையான மாவை ரெடி பண்ணி ஃபிரிட்ஜ்ல வெச்சிட்டுப் போயிட்டாள். சமையல் செய்வதற்கும், துணி துவைப்பதற்கு மாற்றாக ஒருத்தரை

வெச்சிட்டுப் போயிருக்காள். காலையில் டிபனும், மதியம் சாப்பாடும் ரெடி செஞ்சுட்டுப் போய்டுவாள். ரெண்டு நாளைக்கு முன்ன சட்னி வைக்கும்போது, 'இப்ப பசி இல்ல. பிறகு நானே தோசை வார்த்துக்குறேன்'னு சொல்லிட்டேன்.

கல்யாணி போல ஒரு முறையாவது தோசை சுடணும்னு எனக்குள்ள ஆசை வந்தது. நானும் அதுக்காக தோசைக்கல் நன்றாகக் காய்ந்ததும், பக்குவமா மாவை ஊற்றி, கரண்டியால் மெள்ளத் தேய்த்தேன். ஆனாலும் தோசையில் ஓட்டையைத் தவிர்க்க முடியவில்லை. உள்மனத்தில் சிரிச்சுக்கிட்டேன். அதைச் சாப்பிட்டுவிட்டு அடுத்த தோசையை வார்த்தேன். அதை தட்டில் வைக்கும்போது நழுவி தரையில் விழுந்துவிட்டது. 'கொஞ்சம் பார்த்துப் போடக்கூடாதா?'ன்னு கல்யாணியின் அசிரீரி காதுகளுக்குள் ஒலித்தது. திடுக்கிற்றேன். மனம் தடுமாறியது. திரும்பவும் அந்த தோசையை எடுத்து தட்டில் போட மனமில்லை. தோசை மீதே வெறுப்பு வந்துவிட்டது. அதனால் முதல் தோசையோடு நிறுத்திக்கொண்டேன். எல்லா விளக்குகளையும் அணைத்துவிட்டு ஈசி சேரில் சாய்ந்துகொண்டேன். எதிர் பக்கச் சுவரில் புகைப்படமாக மாட்டப்பட்டிருந்த கல்யாணி என்னைப் பார்த்துச் சிரித்துக்கொண்டே இருந்தாள். மீண்டும் வெறுமை என்னைப் பீடித்துக்கொண்டது போல ஓர் உணர்வு ஆட்கொண்டது. கடந்த இரண்டு நாட்களாக இதுவரைக்கும் வாழ்ந்த வாழ்க்கையை ரிவைண்ட் பண்ணி பார்த்துக்கிட்டே இருக்கேன். எது சரி, எது தவறுன்னு என்னால புரிஞ்சுக்கவே முடியவில்லை. எது பெர்பெக்ட்னு இதுவரை நெனசுக்கிட்டு இருந்தேனோ அதெல்லாம் தப்புன்னு தோணுது. எது தப்புன்னு நினைச்சுக்கிட்டு இருந்தேனோ அதெல்லாம் சரின்னு தோணுது.

இன்னொரு பிள்ளையோ, பொண்ணோ இருந்தா நமக்கு ஆறுதலா இருந்திருக்கும்னு நினைக்கத் தோணுது. நல்ல படிப்பு, வெளிநாட்டு வேலை இதையெல்லாத்தையும்விட நினைச்சத படிச்சு, கிடைச்ச

வேலைய செஞ்சு சண்டை போட்டாலும் பெத்தவங்ககூட இருக்கும் பிள்ளைங்களே மேல்னு தோணுது. எதுவுமே இல்லாம பிச்சை எடுப்பவனுக்கும், எல்லாம் இருந்தும் யாசகம் பெறுபவனுக்கும் பெருசா என்ன வித்தியாசம் இருக்கப்போகிறது. மீதமிருக்கும் காலத்தில் எனக்காக வேலை செய்பவர்களையும், தேவையில்லாமல் எங்கேயோ இருக்கும் பிள்ளையும் குறைபட்டுக்க தோணும். எல்லாவற்றிலும் சந்தேகம் ஆட்கொள்ளும். பொருளாதாரம், உதவிக்கு ஆள்னு எனக்கு எந்தக் குறையும் இல்லை. இதுவரை வாழ்ந்தது நிறைவாகவே இருந்தது. அதனால அப்படியே முடிச்சுக்கலாம்னு தோணுது. கல்யாணியிடம் போயிடணும்னு என்னையே பக்குவப் படுத்திக்கொள்கிறேன்.

எல்லோருக்கும் வாழணும்ங்கிறதுக்கான காரணம் ஏதோ ஒண்ணு இருக்கும். ஆனா எனக்கு இன்னும் வாழணும்ங்கிறதுக்கான காரணம் எதுவும் இல்லைன்னு தோணுது. வாழ்வின் கடைசித் தருணத்தை உணர்ந்த சில மிருகங்களும், பறவைகளும் உணவை எடுத்துக்கொள்ளாது. யாருக்கும் தொந்தரவு கொடுக்காமல் தன்னுடைய வாழ்வை முடித்துக்கொள்ளும். மனிதர்களில்கூட சித்தர்களும், ஞானிகளும் உணவைத் தவிர்த்து வடக்கிருக்கச் செய்வார்கள். நவீன யுகத்தில் என்னால் வடக்கிருக்க முடியுமா என்ன? ஏதாவது ஒரு மாற்று வழியில் என்னை மாய்த்துக்கொள்வதே தீர்வுன்னு தோணுது.

மரண தண்டனைக் கைதியைப் போல எனக்குள் நாள் குறித்துக்கொண்டேன். இன்னும் நான்கு நாட்களில் வரும் ஏகாதசிக்கு என்னைத் தயார்ப்படுத்திக்கொண்டு வருகிறேன். அதற்கு முன் குலதெய்வம் கோயிலுக்கு ஒரு முறை போயிட்டு வரணும். யாருக்கெல்லாம் போன்செய்து பேச முடியுமோ அவங்களோடு மனம்விட்டுப் பேசிடணும். கூண்டுக்கிளிகளுக்கு விடுதலை கொடுத்திடணும். என்னுடைய இறப்பிற்குப் பின் என்ன செய்ய

வேண்டும்னு மகனுக்குக் கடிதம் ஒன்றை எழுதி வைக்கணும். என்னோட மரணத்தையும் நேர்த்தியாக்கிக்கணும்.''

-இப்படியே அன்றைய நாள் முழுவதையும் ரகுபதியின் மனம் அசை போட்டுக்கொண்டிருந்தது. வழக்கம் போல இரவு உறக்கத்திற்குச் சென்றார் ரகுபதி.

அதிகாலை இருள் மெள்ள விலகிக் கொண்டிருந்தது. சுற்றத்தார் முழுக்கவே ரகுபதி வீட்டில் குழுமிப் பேசிக்கொண்டிருந்தார்கள்.

''வெடிகாலை ரெண்டு மணிக்கெல்லாம் நாய் கொலைக்கும் சத்தம் கேட்டுக்கிட்டே இருந்துச்சு. என்னவோ ஏதோன்னு வந்து பார்த்தேன். வாசலாண்ட குப்பற வுழுந்து கெடந்தார். அப்புறந்தான் ஆம்புலன்ஸ்ல அனுப்பி வெச்சோம். பெருமாளும், மாரிமுத்துவும் கூட போய் இருக்குறாங்க''

''நேத்து சாயங்காலம்கூட வூட்டுக்குப் போனேங்கா. நல்லாத்தான் பேசிக்கிட்டு இருந்தாரு.''

''இப்பதான் மாரிமுத்து போன் பண்ணான். வாத்தியாருக்கு லக்குவான் அடிச்சிருக்காம். சோத்துக் கையும், காலும் இழுத்துக்கிட்டு, வாய் கோனிக்கிச்சாம்.''

''எப்புடி வாழ்ந்த மனுஷன், நெனச்சாலே பாவமா இருக்கு. அந்தம்மா போனப்பவே இதுவும் போய்ட்டிருந்தா தொல்லை இல்லை. இன்னும் கொற காலத்துக்கு என்னென்ன கஷ்டப்படப்போவுதோ!''

இவை எதுவும் கேளாதவாறு ஐசியு அறை முழுக்க கண்களை அலையவிட்டவாறு எதையோ தேடிக் கொண்டிருந்தார் ரகுபதி.

வானம் வழங்காதெனின்

கீழ்வானத்தில் வெள்ளி மின்னிக்கொண்டிருந்தது. வெண்மேகக் கூட்டங்கள் கீழிறங்கி பூமியை ஆலிங்கனம் செய்வதுபோல் வீதியெங்கும் வெண்பனி. மரங்களில் அடர்விலிருந்து பறவைகள் விதவிதமான ஒலியெழுப்பி விடியலைக் கூவி வரவேற்றுக் கொண்டிருந்தன. கடுங்குளிருக்கு இதமாக கழுத்திலிருந்து கணுக்கால் வரை கம்பளியால் சுற்றிய தேகத்தில் குத்தங்கால் போட்டு திண்ணையில் சாய்ந்து அமர்ந்திருந்தான் சின்னச்சாமி.

கால்சட்டைப்பையில் வைத்திருந்த பீடி கட்டிலிருந்து ஒன்றை இலாகவமாக உருவி எடுத்து கையில் வைத்துக்கொண்டான். ஒட்டிய கன்னங்களில் சுருட்டிக்கொண்டிருந்த தாடியை விரல்களால் நீவிவிட்டுக்கொண்டே ஏதோ யோசனையில் மூழ்கினான். நீண்ட நேரத்திற்குப் பிறகு வாய், புகை பரப்பிக்கொண்டிருந்தது.

சற்று நேரத்தில் நுரை ததும்பும் காபியை தரையில் வைத்தாள் சிவகாமி. அதை மெதுவாக எடுத்து உறிஞ்சிக் குடித்துக்கொண்டே, ''கன்னுக்குட்டிய புடிச்சுக் கட்டு. நேத்து மாதிரி வுட்டுற போற. குப்புசாமி பயிர்ல போய் வெளயாடுது. ஏதாச்சும் சொல்லப்போறான்'' என்றான்.

பா. ஜெயவேல்

‘‘இழுத்தா அது எங்க வருது. நான்தான் அதுங்கூட போறதா இருக்கு. பால கறந்ததும் மாடு பக்கத்துலேயே கட்டனாதான் சரிப்படும்.’’ எனச் சின்னச்சாமி காபி குடித்து வைத்த காலி டம்ளரை எடுத்துச் சென்றாள் சிவகாமி.

அடர்பனியையும் பொருட்படுத்தாமல் கழனிக்கு நடையைக் கட்டினான் சின்னச்சாமி. பொழுது புலரும் வேளை என்பதால் மெள்ள இருள் விலகி பூமி வண்ணமயமாகிக்கொண்டிருந்தது. கூர்மையாய் நீட்டிக்கொண்டிருந்த நெற்குறுத்துகளில் பனித்துளிகள் முத்து முத்தாக உருண்டிருந்தன. சில இடங்களில் பனித்துளிகளின் கனம் தாங்காமல் பயிர்கள் தலையைச் சாய்த்திருந்தன. பக்கத்து நிலங்களைக் கடந்து ஒருவழியாக தன்னுடைய நிலத்தை அடைந்தான் சின்னச்சாமி. வரப்பு புல்களிலிருந்த பனித்துளிகள் பாதத்தின் நரம்புகளை விரைக்கச் செய்தன.

சின்னச்சாமிக்கு எதிர்புறமாக தூரத்தில் ஓர் உருவம் வருவது தெரிந்தது. எவ்வளவு தூரத்தில் உருவம் தெரிந்தாலும் அது யார் என்பதை கிராமத்தினர் எளிதாக யூகித்துவிடுவார்கள். அந்தவகையில் அது அழகேசன்தான் என்பதை சின்னச்சாமி சட்டெனயூகித்தான். பிறகு குறுக்கு வரப்பில் இறங்கி நடக்கத் தொடங்கினான்.

அப்போது அந்த வரப்பில் மோழை போய்க்கொண்டிருந்தது. வரப்பில் ஆங்காங்கே ஓங்கி மிதித்து மோழை இருக்கும் இடத்தைத் தேடினான் சின்னச்சாமி. ஓரிடத்தில் சொதக் என கால் உள்ளே வாங்கியது. பிறகு அந்த இடத்தை உதைத்தபோது சற்று தொலைவில் நீர்க்குமிழி வெடிக்கும் சத்தம் கேட்டது. அந்த இடத்தைத் தேடிப்பிடித்து, ‘எத்தன தடவதான் அடைக்கிறது. எலிக்கு கரன்ட் வெச்சாதான் சரிபடும்.’ என முனகிக்கொண்டே ஒருவழியாக மோழையை அடைத்தான். அதற்குள் அழகேசனும் வேறு வரப்பு வழியாக கடந்து சென்றார். இருவரும் ஒரே வரப்பில் நேருக்கு நேர் நடந்து பத்து வருடங்களுக்கு மேலாகிவிட்டது. அதற்கு முன்பு வரை

இருவரும் நன்றாகப் பேசிக்கொண்டுதான் இருந்தார்கள். ஒரு நாள் அழகேசன் மாடு சின்னச்சாமியின் பயிரை மேய்ந்தது. அதோடு நிற்காமல் மிதித்து நாசம் செய்துவிட்டது. இதனால் இரு குடும்பங்களுக்குள் மனக்கசப்பு ஏற்பட்டது. அது பின்னாளில் வரப்புப் பிரச்னை, குடும்பப் பிரச்னை, குழாயடி பிரச்னை, கோயில் பிரச்னை என முற்றி எலியும் பூனையுமாகவே இரு குடும்பங்களும் இருந்து வருகின்றன. ஊருக்குள் நடக்கும் எந்தப் பிரச்னையானாலும் எதிரெதிர் பக்கங்களில் இருவரும் நிற்பார்கள். சமீப காலமாக இருவருக்குள்ளும் பிரச்னைகள் ஏதும் இல்லையென்றாலும், வடுபோல் அதன் நீட்சி இன்று வரை அப்படியேதான் இருக்கிறது.

வயலுக்கு நீர் இறைத்து வீட்டிற்கு வந்ததும் முகத்தைக் கழுவிக்கொண்டு பக்கத்து ஊரில் இருக்கும் டீக்கடைக்கு சைக்கிளை மிதித்தான் சின்னச்சாமி. டீ வீட்டிலே கிடைக்கும் என்றாலும், அங்கு சென்று வந்தால்தான் அன்றைய பொழுது அவனுக்கு உதயமாகும். அந்தத் தெருவில் இருப்பவர்கள் சின்னச்சாமியிடம் காசு கொடுத்து கடுகு, மிளகு என எதையாவது வாங்கி வரச் சொல்லுவார்கள். அதில் ஓரிரு ரூபாய் மீதம் இருந்தால், பீடி செலவிற்கு வைத்துக்கொள்வான் சின்னச்சாமி. யாரும் அதை பொருட்படுத்த மாட்டார்கள். அதனால் அந்தக் காலைப் பயணம் எப்போதும் அவனுக்கு அலுப்பையோ, சலிப்பையோ தந்ததில்லை. ஆனால் இன்றோ கடன், வறட்சி என எல்லா துன்பங்களையும் மலைபோல் மனத்தில் பாரமாக்கிக்கொண்டு எதிர்க் காற்றில் மேடு ஏறுவதுபோல சின்னச்சாமி சைக்கிளைச் செலுத்தினான்.

டீக்கடையில் பெஞ்சில் நீலமேகத்திற்கும், ஏகாம்பரத்திற்கும் நடுவில் உட்கார்ந்தான் சின்னச்சாமி.

"பீடி ஒண்ணு குடு மச்சான்" என நீலமேகம் சின்னச்சாமியை நோக்கி கைநீட்டினான்.

''காசு கொடுத்து பீடி வாங்கு ஓய்... பொட்டி நெறய பணத்த வெச்சுக்கிட்டு என்ன பண்ண போற?'' என பாக்கெட்டுக்குள் கையை விட்டான் சின்னச்சாமி. கட்டு பீடியிலிருந்து ஒன்றை மெதுவாக உருவி எடுத்து நீலமேகத்திற்குக் கொடுத்தான்.

''ஒரு பீடி கொடுக்க யோசிக்கிறதாலதான்யா பெய்யற மழைகூட பெய்யாமப் போயிடுது.''

''இல்லன்னா வானத்தைப் பொளந்து ஊத்திடுமாக்கும். சும்மா வாய மூடு. வயித்தெறிச்சலைக் கௌப்பாத''

''நீங்க மாரியாத்தாவுக்கு கூழு ஊத்தியே நாலு வருஷமாச்சு. இருக்கிறது இருவது வூடு. சண்ட சச்சரவுன்னு ரெண்டு மூனா பிரிஞ்சுக் கெடந்தா எப்படி? எங்க ஊருக்காவது முக்கா ஏரி ரொம்புச்சு. உங்க ஊருக்கு இந்த மழையே அதிகம்தான்.''

''பயிரெல்லாம் பரவாயில்லையா?'' என குறுக்கிட்டான் ஏகாம்பரம்.

''இப்பதான் ஒண்ணு ரெண்டு பயிரு தண்டு உருள ஆரம்பிச்சிருக்கு. முழுசா கதிரு வர இன்னும் பத்து பதினைஞ்சு நாளாவது ஆகும். இப்பவே கிணறு வடிய ஆரம்பிச்சுடுச்சு. சொட்டிச் சொட்டி யெறக்கிறேன். இன்னும் கொற காலத்துக்கு என்ன பண்றதுன்னு தெரியல.''

''அந்த அளவுக்கா தண்ணி உள்ள போயிடுச்சு?'' மெலிதாய் ஒலித்தது ஏகாம்பரம் குரல்.

''தண்ணி பாய்ஞ்சு ஏற மாட்டேங்குது. நேத்து பத்து கவட்ட தூரத்துக்கு தண்ணி பாயாம நின்னுப்போச்சு. அங்கங்க முட்டு தாங்க ஆரம்பிச்சுடுச்சு. பயிரு வீட்டுக்கு வருமா, மாட்டுக்குப் போவுமான்னு தெரியல. ஒரு எறப்பு மழை பேயிஞ்சா தப்பிச்சுடும்.''

‘‘மார்கழி பொறந்து பனி நல்லா பெய்ய ஆரம்பிச்சுடுச்சே. இனி எங்க மழை பெய்யும்? ஏரியில பத்து நாள் தண்ணிகூடவா இல்ல.’’

‘‘இந்த வருஷம் பாதி ஏரிகூட ரொம்பல. மழைய நம்பி எல்லாரும் சேடை ஓட்டி நாத்து நட்டுட்டாங்க. ஒரு மாசத்துல ஏரி வத்திடுச்சு. மாரிமுத்து அஞ்சு ஏக்கரையும் நட்டுட்டு, தண்ணி இல்லாம ரெண்டு ஏக்கர் நெலத்துல மாட்ட வுட்டு மேய்சுட்டான். அவனும் கெணத்துல தண்ணி சொட்டிச் சொட்டிதான் யெறக்குறான். எப்படியும் மிச்சத்தக் காப்பாத்திடுவான். நான்தான் ஏழு ஏக்கர் பயிர்ல, நாலு ஏக்கரையாவது காய விட்டுடுவேன்னு நெனக்குறேன்.’’

‘‘உன்னோட கெணத்துல தண்ணி நல்லாதான கெடைக்கும். ரெண்டு வருஷத்துக்கு முன்னகூட ஆழப்படுத்தினியே...’’

‘‘நல்லா தண்ணி கெடச்சதெல்லாம் அப்போ. இப்ப அழகேசன் பையன் டவுன்ல நல்லா சம்பாதிக்க ஆரம்பிச்சுட்டான். அந்தத் தைரியத்துல அவன் கெணத்த பத்து கெஜம் தூர் வாரி, சைடு போர் போட்டுட்டான். அதுல இருந்து என்னோட கெணத்துல ஊத்து நின்னுபோச்சு. அவன் கெணத்துல தண்ணி குபுகுபுன்னு வருது. அழகேசனுக்கு தண்ணி பஞ்சமில்லை. நானும் கடனை வாங்கி ஐஞ்சு கெஜம் வெட்டினேன். ஐஞ்சு கெஜமும் பாறையா போச்சு. கடன்காரனா ஆனதுதான் மிச்சம். நல்லா வெளஞ்சுதுன்னா இந்த வருஷம் சைடு போர் போட்டுலாம்னு நெனச்சிருந்தேன். இப்ப இருக்கிற நெலமைய பார்த்தா, வட்டிக்குக்கூட வெளையாதுபோல இருக்குது.’’

‘‘தண்ணி வேணும்னா அழகேசன்கிட்ட கேட்டுப்பார்க்க வேண்டியதுதானே.’’ என்றான் நீலமேகம்.

‘‘ஆளப்பார்த்து சொன்ன பாரு. என் வீட்டுக் கஞ்சின்னு சொன்னா, கடிச்சிக்க மொளகாகூடக் கொடுக்கமாட்டான். இதுல என் பயிருக்கு தண்ணி கொடுப்பானா?’’

‘‘தெனந்தெனம் பூஜை போட்டு தாஜா பண்ணாதான் சாமிகூட வரம் கொடுக்குது. சம்சாரிக்கு சம்சாரி தண்ணி கொடுக்காமப் போய்டுவானா ஓய்? உங்க பங்காளி கோபாலை விட்டுப் பேசிப்பார்ப்போம்.’’

‘‘அப்படியே கிழிச்சுடுவான் கோபாலு... அண்ணன் எப்ப போவான் திண்ணை எப்ப காலியாகும்னு இருக்கான். நான் கடன்காரனாகி நிலத்த அவன்கிட்ட வுட்டுட்டுப் போயிடுவேன்னு காத்துக்கிட்டிருக்கான். எனக்கு யாராவது தண்ணி கொடுக்கறாங்கன்னு தெரிஞ்சா, அவனே நிறுத்தினாலும் நிறுத்திடுவான். மொதல்ல அழகேசன் தண்ணிய நெலத்துல விடறதுக்கே எனக்கு ஏதோ மாதிரி இருக்கு’’ என அங்கிருந்து கிளம்பினான் சின்னச்சாமி.

கடந்த நான்கைந்து வருடங்களாகவே சின்னச்சாமிக்கு விவசாயத்தின் மீது அதீத வெறுப்பு உண்டாயிற்று. பருவம் தவறிய மழை, வெள்ளம், வறட்சி, பூச்சி தாக்குதல் என ஏதாவது உருவில் பிரச்னை தொடர்ந்துகொண்டே இருக்கிறது. இதையெல்லாம் மீறி நல்ல விளைச்சல் இருந்தாலும் விலை இருக்காது. இந்த வருடம் தண்ணீர் பஞ்சமாக உருவெடுத்து சின்னச்சாமியை உளுக்கிக்கொண்டிருக்கிறது. அக்கம் பக்கத்தில் உள்ள கிணறுகளில் தண்ணீர் மிச்சம் இருக்கிறதா என அடிக்கடி அந்தக் கிணறுகளை எட்டிப்பார்த்துவிட்டு வருவான் சின்னச்சாமி. அழகேசன் கிணறு தவிர எல்லா கிணற்றிலும் தண்ணீர் குறைவாகவே இருந்தது. அவன் மனத்தில் இருந்த பெரும் தாகம், மற்ற கிணறுகளை வேவுபார்க்கத் தவறுவதில்லை.

இந்த வருடம் நட்டமாகிவிட்டால், சின்னச்சாமியால் மீண்டு எழுவது என்பதே இயலாத காரியம். மகனின் படிப்புச் செலவு, கிணறு வெட்ட கடன், பயிர் வைக்க வாங்கிய கடன் என மலையைத் தூக்கித் தலையில் வைத்தாற்போல பெரும் சுமையைத் தாங்கிக்கொண்டுதான் இருக்கிறான் சின்னச்சாமி. இரண்டு ஏக்கர் நிலத்தை அடைமானம்

போட்டுத்தான் நிலைமையைச் சமாளித்து வருகிறான். ஒருவேளை நட்டமாகிவிட்டால் இரண்டு ஏக்கரை விற்றுவிட்டு கடனையெல்லாம் செட்டில் செய்து விடவேண்டியதுதான் என அடிக்கடி சிவகாமியிடம் சொல்லிக்கொள்வான்.

மாமர நிழலில் சைக்கிளை நிறுத்தி வீட்டிற்குள் உள்ளே நுழைந்தான் சின்னச்சாமி. பழைய சாதத்திற்கு ஏதுவாக கத்திரிக்காய் பொரியல் செய்து வைத்திருந்தாள் சிவகாமி.

''ஒரே புளிப்பும் காரமுமா இருக்குது. எத்தன நாள் சொன்னாலும் உனக்கு ஒரைக்க மாட்டேங்குது.''

''ஒரு நாள் கார சாரமா வேணும்ங்கிறது. காரத்தைக் கூட்டினா, எரிஞ்சு எரிஞ்சு விழ வேண்டியது. அகட்டுது, காருதுன்னு தெனமும் எதையாவது சொல்ல வேண்டியது. எங்கேயோ போற மாரியாத்தா என் மேல வந்து ஏறாத்தான்ற கதையாயில்ல இருக்குது. கெணத்து வேலைய அப்புறம் வெச்சிக்கலாம்னு அப்பவே சொன்னேன் கேட்டாத்தானே... பதினாறு சவரன் நகையை பயிர் வைக்கிறேன், கெணறு வெட்டுறேன்னு பேங்குலயே பூட்டி வெச்சி இருக்க. கல்யாணம் காட்சின்னா லட்சணமா வெளிய போவ முடியுதா? கூலி வேலைக்குப் போனாக்கூட நிம்மதியா மூணு வேளை சோறு துண்ணலாம். வூட்டுக்கு கடன் வந்திருக்காது. நம்ம கெட்ட நேரம் உப்பு விக்க போனா மழை பெய்யுது. பொரி விக்க போனா காத்து அடிக்குது. நேரம் சரியில்லன்னு நானும் எவ்வளவோ பொறுத்துக்கிட்டுப் போறேன். பார்த்துப் பார்த்துச் செஞ்சாலும் எதையாவது சொல்லி குத்தம் கண்டுபிடிக்கிறதே வேலையாபோச்சு.'' என அடுப்பில் கட்டையை வேகமாகத் தள்ளிவிட்டு பாத்திரத்தை வேகமாக எடுப்பதும் வைப்பதுமாக இருந்தாள் சிவகாமி.

சாப்பாடு மட்டுமல்ல. எல்லா விஷயங்களிலும் ஏதாவது ஒரு காரணத்தைக் கொண்டு இருவரும் தங்கள் ஆற்றாமையைத்

தீர்த்துக்கொள்வார்கள். இருவரும் தங்களுக்குள் ஏதாவது சண்டையைக் கிளப்பி மனசாந்தி அடைந்துகொள்வது வழக்கமாயிற்று. இந்த மிதமான வாய்ச்சண்டையே அவர்களைப் பிணைத்து வைத்திருந்தது.

‘கொடுக்கிறவங்க கெணத்துல தண்ணீர் இல்லை. கேட்க முடியாத இடத்தில் தண்ணீர் மிச்சமாகவே இருக்கிறதே’ எனச் சின்னச்சாமி அடிக்கடி வேதனை பட்டுக்கொண்டான். காலை, மாலை என இரு வேளையும் பயிரைச் சுற்றிப்பார்க்கும் சின்னச்சாமியால் தற்போது வாடிய பயிரைப் பார்க்க முடியவில்லை. பாலைவனத்தில் நட்ட வாழையைப்போல பெரும் தாகத்தில் இருந்தது அவனின் நெற்பயிர். இதனால் சில நாட்களாக காலையில் சீக்கிரம் வீட்டுக்குப் போவதைத் தவிர்த்து வந்தான். உச்சி வேளையில் பம்ப் ஷெட் அருகே உள்ள வேப்ப மரத்து நிழலில் கட்டிலில் படுத்துக்கொண்டிருந்தான். அவனைத் தேடி நீலமேகம் அங்கு வந்தான்.

‘‘என்ன மச்சான் ரெண்டு நாளா டீக்கடை பக்கம் ஆள காணோம். வீட்டுக்கு வந்தா கழனியில இருக்கிறதா அக்கா சொல்லுச்சு. மணி பதினொண்ணுக்கு மேல ஆவுது. இன்னும் சாப்பாட்டுக்குப் போகலையா?’’

‘‘எலித் தொல்லை அதிகமாயிடுச்சு. கரன்ட் வைக்கணும். அதுக்காக குச்சி சீவிக்கிட்டு இருந்தேன். இனிமேதான் போவணும்.’’

‘‘ரெண்டு படி உளுந்து கேட்டிருந்தேனே...’’

‘‘வீட்ல சொல்லி வெச்சிருக்கேன். வாங்கிட்டுப் போறதுதானே ஓய்...’’

‘‘உன் கையால குடு மச்சான். போன வருஷம் நல்ல ராசியாச்சு...’’

‘‘என்னோட கை எல்லாருக்கும் ராசியா இருக்குது. ஆனா, எனக்குதான் ஒத்துக்கல. என் நேரம் அப்படி.’’

''கஷ்டம் யாருக்குத்தான் இல்லை. எல்லாத்துக்கும் ஒரு வழி இல்லாமப் போகாது. நேத்து அழகேசன கூட்ரோட்டுல பார்த்தேன். அப்போ 'தண்ணியில்லாம பயிரு காயுதுன்னு சின்னச்சாமி கஷ்டப்படுறான். தண்ணிய கொடுத்தா என்ன?'ன்னு சொன்னேன். 'கேட்டாத்தானே கொடுக்க முடியும்'னு சொன்னார். 'நீ குடுப்பயா இல்லைன்னு சொல்லுவியான்னு தெரியாது. அவன் எப்படிப்பா கேப்பான்'னு சொன்னேன்.''

''அதுக்கு என்ன சொன்னார்?''

''வேணும்னா பாய்ச்சிக்கச் சொல்லுன்னு சொன்னார்.''

''அப்படியா சொன்னார்?!''

''தண்ணிக்கு காசா வேணுமா, நெல்லுல பாகமா வேணுமான்னு நான் கேட்டேன். 'நெல்லு வெளயட்டும் அப்புறம் பார்த்துக்கலாம்'னு சொல்லிட்டார்.' அதுக்கு மேல என்னால பேச முடியல. அவர் பாய்ச்சி முடிச்சதும், நீ பாய்ச்சிக்கோ. 'ராத்திரி நேரத்துல இறைக்க வேணாம்'னு சொல்லிட்டார்.''

சின்னச்சாமி முகத்தில் தண்ணீர் கிடைத்ததற்கான மகிழ்ச்சியோ, ஆச்சரியமோ என எந்த பாவனையும் தென்படவில்லை.

''தண்ணிக்கு வழி பொறந்துடுச்சு. ஓஸ் பைப்புக்கு எங்க போறதுன்னு தெரியல. எப்படியும் 200 மீட்டர் ஓஸ் தேவைப்படும். உங்கிட்ட ஏதாவது மிச்சம் இருக்குதா? இல்லன்னா கடனவுடன வாங்கி சேட்டு கடைக்கு முடிச்சு அவுக்கணும்.''

''இருக்கு மச்சான். எடுத்து வைக்குறேன். சாயங்காலம் வந்து எடுத்துட்டு போ'' என நீலமேகம் சொல்ல இருவரும் பேசிக்கொண்டே வீடு நோக்கி நகர்ந்தனர்.

அடுத்த நாளே சின்னச்சாமி வயலில் அழகேசன் கிணற்றுத் தண்ணீர் பாயத் தொடங்கியது. வாடிய பயிரில் தண்ணீர் பாயும்போது,

பாலைவன வெப்பத்தில் தகிக்கும் ஒருவன் சில்லென பெய்யும் இதமான மழையில் நனைவது எப்படி இருக்குமோ அதைப்போல உணர்ந்தான் சின்னச்சாமி.

பயிர் வீட்டிற்கு வந்துவிடும் என்ற நம்பிக்கையில் உரமிட்டான். அடுத்த சில தினங்களிலேயே வயலில் பசுமை கூடி, நெற்கதிர் தலையசைக்கத் தொடங்கியது. அழகேசன் கிணற்றிலும் தண்ணீரும் வற்றத் தொடங்கியது. அதேவேளையில் அழகேசன் பயிர் நன்றாக விளைந்துவிட்டதால் தண்ணீரின் தேவை வெகுவாகக் குறைந்துவிட்டது. இதனால் சின்னச்சாமிக்கு எந்த பாதகமும் வரவில்லை. சின்னச்சாமியின் கழனியெங்கும் கதிர் முற்றி, வயல் பழுப்பேறி அறுவடைக்குத் தயாராக இருந்தது. அடுத்த சில தினங்களில் அறுவடை முடிந்து களத்துமேட்டில் சிறு குன்றைப்போல அம்பாரம் இருந்தது. ஓட்டைப் படகில் நதியைக் கடந்ததுபோல சின்னச்சாமியின் மனம் நிம்மதிகொண்டது. சில நாட்களுக்குப் பிறகு சின்னச்சாமியின் சைக்கிள் மீண்டும் டீக்கடைக்குச் சென்றது.

''நீலமேகம் வரலையா?'' என ஏகாம்பரத்திடம் கேட்டான் சின்னச்சாமி.

''உளுந்துக்கு களை வெட்ட ஆள் கூப்பிடணும்னு இப்பதான் போனான். கொஞ்ச நேரத்துல வந்துடுவான். நெல்லு அறுத்தாச்சா?''

''ஒருவழியா எல்லாம் முடிஞ்சுது.''

''எப்ப போடப்போற?''

''அழகேசனுக்கு பாகம் கொடுக்கணும். பங்கா கேப்பானோ, இல்ல பணமா கேப்பானோ தெரியல. நெல்லா இருந்தா இன்னைக்கே கொடுத்துடலாம். பணமா கேட்டா நெல்லை வித்துதான் கொடுக்கணும். ரெண்டு நாளைக்கு முன்னவே நீலமேகத்தைவிட்டு பேசச் சொன்னேன். கேட்டுவைக்கிறேன்னு சொன்னான்.''

''போன வருஷத்தைவிட இந்த வருஷம் விலை அதிகமா போகுது. நெல்லு வெச்சவங்களுக்கு லாபம்தான். வெல ஏறுமோ இறங்குமோ தெரியாது. நல்ல வெலை இருக்கும்போதே போட்டுடறது நல்லது.''

''நானும் அப்படித்தான் நெனைக்குறேன்'' என ஏகாம்பரம் சொல்லும்போதே டீக்கடை பக்கமாக வந்து நின்றான் நீலமேகம்.

''அழகேசனப் பார்த்து பேசுனியா ஓய்'' என பேச்சை நீலமேகம் பக்கம் திருப்பினான் சின்னச்சாமி.

''நேத்து சாயங்காலம்தான் பார்த்தேன். என்ன ஆச்சுன்னு தெரியல. பங்கும் வேணாம், பணமும் வேணாம்னு கறாரா சொல்லிட்டார். நெல்லு போடுறதா இருந்தா போட்டுடு மச்சான். ஆனா ஒண்ணு, மாரியாத்தாவ பட்டினி போடாம இந்த வருஷமாவது உங்க ஊருல கூழ ஊத்துங்க.''

சின்னச்சாமிக்கு மனம் மலர்ந்திருந்தாலும், முகம் மொட்டவிழாத அரும்பாய் இறுக்கமாகவே இருந்தது. ''சரி, நான் கௌம்புறேன்'' என சைக்கிளில் ஏறி உட்கார்ந்தான் சின்னச்சாமி.

''பீடி ஒண்ணு குடு மச்சான்'' என கையை நீட்டினான் நீலமேகம்.

பதில் எதுவும் சொல்லாமல், வேட்டிக்குள் கைவிட்டு, கீழ் பாக்கெட்டில் இருந்து பிரிக்காத ஒரு கட்டு பீடியை எடுத்துக் கொடுத்தான் சின்னச்சாமி.

'சின்னச்சாமியா இது!' என நம்பாதவனாய் ''இன்னைக்கே நெல்லை போட்டுடு மச்சான். ராத்திரி மழை கூரையப் பிச்சுக்கிட்டுக் கொட்டினாலும் கொட்டும்'' என நக்கலடித்தான் நீலமேகம்.

பெடலை ஓங்கி மிதித்துக் கிளம்பினான் சின்னச்சாமி. இத்தனை நாளாய் சுமந்துச் சென்ற பெரும்பாரத்தை பூமியில் இறக்கி வைத்ததுபோல இலகுவாகச் சென்றது அவனின் சைக்கிள்.

ஆண்ட்ரோஜன்

இப்படியெல்லாம் தனக்கு நடக்கும் என்று சிவக்கொழுந்து கனவிலும் நினைத்திருக்க மாட்டார். அதுவும் ஒரு பெண்ணால். அந்தச் சம்பவத்தை எப்போது நினைத்தாலும் எலுமிச்சைச் சாற்றை வாயில் ஊற்றினாற்போல முகம் கோணித்துக்கொள்ளும். தன் அந்தரங்க உறுப்பை ஒருத்தி எவ்வித கூச்சமும் இன்றி இடதுகையால் பிடித்து... அப்பப்பா அதை இப்போது நினைத்தாலும் மனம் ஏற்றுக்கொள்வதாக இல்லை. இரண்டு நாட்களுக்கு முன்பு நடந்த சம்பவம்தான் இது. ஆனால் இருபத்தைந்து வருடங்களுக்கு முன்பாக நடந்த சம்பவத்திற்கு ஏதோ பழிதீர்த்தது போலல்லவா நெஞ்சை தைத்திருந்தது.

நடப்பதற்கும் ஓடுவதற்கும் இடையிலான வேகத்தில் மதுரையை நோக்கி நடந்த கண்ணகியைப் போல மாரியம்மன் கோயிலை நோக்கி விறுவிறுவெனச் சென்றுகொண்டிருந்தாள் அன்னக்கிளி. அழுது வீங்கி கண்ணீர் வற்றிய தடம் மறையாத பதைபதைப்புடன் பின்னால் ஓடிக்கொண்டிருந்தாள் தனலட்சுமி.

''ஏய் அன்னக்கிளி, இன்னா இவ்ளோ வேகமா போற!'' என தெருவில் இருந்த பாக்கியம் கேட்டாள்.

''பயிர மேஞ்சுடுச்சுன்னு மாட்ட கோயில்ல கட்டிட்டாங்கம்மா. யாரு பயர மேஞ்சுதோ? இன்னா பண்ணிவச்சிகீதோ?''

''மாட்ட பயிர்ல வுட்டுட்டு அப்படி இன்னா பண்ணிகினு இருந்தடி?''

''எல்லாம் இந்தச் சனியனாலதான். என் உயிர வாங்குறதுக்குன்னே வந்து வாச்சிருக்கு'' என தனலட்சுமியின் மீது வெறுப்பை உமிழ்ந்தவளாய் நடந்தாள் அன்னக்கிளி.

கோயிலில் சென்று பார்த்தபோது பசுவும் கன்றும் அருகே உள்ள மரத்தில் கட்டப்பட்டிருந்தன. யார் கட்டியது, யாரைக் கேட்பது என குழப்பத்தில் தலையில் அடித்துக்கொண்டாள் அன்னக்கிளி. சற்று நேரத்தில் அங்கு வந்த சிறுவன் ''பயிர மேஞ்சுதுன்னு சிவக்கொழுந்து மாமாதான் கோயில்ல கட்டிட்டுப்போயிட்டார்'' எனச் சொல்லிவிட்டு விளையாடச் சென்றான்.

''ஐய்யோ... மாரியாத்தா, ஊர்ல கரம்பு காடா இல்ல. எதுக்கு அங்க போய் மேஞ்சுதோ. மீசைக்காரன் வீம்பு புடிச்ச மனுஷனாச்சே. பேசி மாட்ட அவுத்துட்டுப் போற யெடமா அது?'' என தலையில் இடிவிழுந்தவளாய் உட்கார்ந்தாள்.

''நீ இங்கயே இரு. நான் மீசக்காரு வூட்டுக்குப் போயிட்டு வர்றேன்'' என முந்தானையால் வியர்த்த முகத்தை துடைத்துக்கொண்டு கிளம்பினாள் அன்னக்கிளி.

''அம்மோவ் நான் அன்னக்கிளி வந்திருக்கேன்.''

''...''

''சாமி...''

''....''

''அம்மோவ்...''

''செத்த இரு வர்றேன்'' என உள்ளேயிருந்து சிவக்கொழுந்து மனைவி அம்சாவின் குரல் வெளியே ஒலித்தது.

‘‘மாடு பயிர மேஞ்சுடுச்சுன்னு கோயில்ல கட்டி வெச்சிகீறாராம் மீசக்காரு. பதறி அடிச்சுக்கிட்டு ஓடியாறேன். ஏதோ வாயில்லாத ஜீவன்மா தெரியாம மேஞ்சுடுச்சு. பெரிய மனசு பண்ணி வுட்டுற சொல்லுங்கம்மா.’’

‘‘ஏண்டி, மாட்டுக்குத்தான் அறிவில்லை. மேய்க்கிறவங்களுக்குமா அறிவில்லை? வெளஞ்ச பயிர வயிர முட்டுற அளவுக்கு மேயுற வரைக்கும் இன்னா பண்ணிக்கிட்டு இருந்த?’’

‘‘வெடிகாலையில மல்லாட்ட புடுங்கப் போயிட்டேன். பொண்ணுதான் இன்னக்கி மாட்ட கட்டுச்சு. நல்லாதான் கட்டும். எப்புடியோ மொளக்குச்சிய புடிங்கிட்டு ஓடிப்போயிடுச்சு.’’

‘‘உன்னோட பயிர மேய்ச்சா சும்மாவாடி இருப்ப...?’’

‘‘தப்புதாம்மா... தெரியாம நடந்துபோச்சு. மாட்ட வுட்டுட சொல்லும்மா.’’

‘‘நான் இன்னா பண்றது? எதுவா இருந்தாலும் அவரு வந்ததுக்கப்புறம் பேசிக்கோ...’’

‘‘எப்ப வருவாரு?’’

‘‘வெளியில போய் இருக்காரு. மத்தியானம் சாப்பாட்டுக்குள்ள வந்துடுவாரு.’’

‘‘கஞ்சிகூட குடிக்கலம்மா... மல்லாட்ட செடிய புடுங்கிப் போட்டுட்டு அப்பிடியே வந்துட்டேன். எப்ப போய் ஆயறது. இப்ப போனாத்தான் ரெண்டு படி மல்லாட்டையாவது கெடக்கும்.’’

‘‘அதுக்கு நான் இன்னா பண்ண முடியும்?’’

‘‘வெய்ய கொளுத்துதும்மா. மாடுவேற தண்ணி குடிச்சுதோ இல்லையோ. மாட்ட அவுத்து தண்ணி காட்டிட்டு வந்து கட்டுறேன்.’’

‘‘ஒனக்கே தெரியும். மாட்ட அவுத்தா அந்த மனுஷன் சும்மா விடமாட்டாரு.’’

‘‘வாயில்லா ஜீவன்மா...’’

‘‘எதுவா இருந்தாலும் அவர் வந்தாதான். வேணும்னா பக்கெட்டுல தண்ணிய புடிச்சிப்போய் தண்ணியகாட்டு.’’ அழுத்தமாகச் சொல்லிவிட்டு வெடுக்கென உள்ளே கிளம்பினாள் அம்சா.

முந்தானையை உதறி இடுப்பில் செருகிக்கொண்டு மீண்டும் மாரியம்மன் கோயிலுக்கு வந்தாள் அன்னக்கிளி.

‘‘வூட்டுக்குப் போய் பக்கிட்டிய எடுத்துட்டு வா’’ எனத் தனலட்சுமியை வீட்டிற்கு அனுப்பினாள்.

தனலட்சுமி வந்ததும், அடிபம்ப்பில் தண்ணீர் அடித்து மாட்டிற்கு வைத்தாள் அன்னக்கிளி. மாட்டைத் தடவிக் கொடுப்பதும், புலம்புவதுமாக அங்கேயே காத்துக் கிடந்தாள். ஆத்திரம் தாங்க முடியாமல் அடிக்கடி தனலட்சுமியிடம் கடுகடுத்துக்கொண்டாள்.

‘‘இந்தமாதிரி மாட்ட வளத்தா, சம்சாரி ஊருல வாழ முடியுமா?’’

‘‘கடனவுடன வாங்கி பயிரு வெச்சாதான் கஷ்டம் தெரியும். அடுத்தவன் பயிர்ல மாட்ட மேய வுட்டா கஷ்டம் எப்படித் தெரியும்?’’

‘‘இன்னா அன்னக்கிளி, மாட்ட பாத்து கட்டக்கூடாதா...? இது உனக்கு தேவையா?’’

‘‘அவருகிட்ட ஆம்பளயே பேச முடியாது. பொட்டச்சி இன்னா பண்ணபோறீயோ?’’

இப்படியாக அன்னக்கிளியைப் பார்ப்பவர்கள் கோபத்துடனும் பரிதாபத்துடனும் பேசிவிட்டுச் சென்றார்கள். உச்சி வெயிலில் மடக்கிக் கட்டிய வேட்டியோடு கொடுவாள் மீசையை நீவிக்கொண்டு கோயிலுக்கு வந்தார் சிவக்கொழுந்து. அவரின் வேகத்தைப் பார்த்த உடனேயே அன்னக்கிளிக்கு உடலெல்லாம் நடுக்கம் தொற்றிக்கொண்டது.

‘‘ஏதோ தெரியாம மேஞ்சுடுச்சு சாமி. இந்த ஒரு தடவ மனசு வைய்யுங்க.’’

‘‘மொதல்ல மாடு மேஞ்சத போய்ப் பார்த்துட்டு வா. அப்புறம் பேசு.’’

‘‘வூட்ல சொன்னாங்க சாமி.’’

‘‘எளம் பயிரா இருந்தாகூட பரவாயில்லன்னு வுட்டுடலாம். கதிரு வந்த பயிரு. பயிர மேஞ்சதோட வுட்டுச்சா, மொளகா தோட்டத்த மெரிச்சு வச்சு நாசம் பண்ணிடுச்சு. போய்ப் பாரு, நாலு கிலோ மொளகா மண்ணுல கொட்டிக் கெடக்குது.’’

‘‘ஏதோ தெரியாம...’’

‘‘இன்னா தெரியாம... எத்தன தடவ இதயே சொல்லுவ. போன தடவ மாடு கையில கெடச்சிருந்தா தெரிஞ்சிருக்கும். ஒழுங்கா மாடு மேய்க்க துப்பில்லாத நாயிக்கு எதுக்கு மாடு?’’ எகிறினார் சிவக்கொழுந்து.

‘‘மல்லாட்ட புடுங்கிப் போட்டுட்டு வந்திருக்கேன். கூலிக்குப் போனாத்தான் ஏதோ வயித்துக்கு கெடக்கும். பெரிய மனசு பண்ணுங்க...’’

‘‘மாடு கோயிலுக்கு வந்தாச்சு. நூறு ரூபாய கட்டிட்டு மாட்ட அவுத்துட்டுப் போ.’’

‘‘திடீர்னு அம்மாம் பணத்துக்கு எங்க போவேன்?’’

‘‘பயிர்ல மேய வுடுறதுக்கு தெரியுது இல்ல. பணத்தைக் கட்டு.’’

‘‘சின்னப்பொண்ணு ஏதோ தெரியாம செஞ்சுட்டுச்சு சாமி. கால்ல வுழறேன் பெரிய மனசு பண்ணுங்க.’’ எனப் பக்கத்தில் இருந்த தனலட்சுமியின் கையைப் பிடித்து வலுக்கட்டாயமாக இழுத்தாள் அன்னக்கிளி. திடீரென இருவரும் சிவக்கொழுந்து காலில் விழுந்தார்கள்.

''என் கால்ல வுழுந்து என்ன ஆவப்போவுது? இன்னைக்கு உன் மாட்ட நான் அவுத்து வுட்டுட்டா, நாளைக்கு என்னை எவன் மதிப்பான். 'மீசக்காரன் பயிர்ல மேஞ்ச மாட்டையே ஒண்ணும் பண்ண முடியல'ன்னு ஊருல சொல்ல மாட்டாங்களா?''

''நான் தாலியறுத்து ரெண்டு வருஷமாச்சு. ஆம்பள தொன இருந்தாகூட எங்கயாவது வாங்கிக் கட்டிடுவேன். பொட்டபுள்ளய வெச்சுக்கிட்டு ஒண்டிகட்டையா அல்லாடுறேன். மனசு வையுங்க சாமி.''

''பொட்டச்சியாச்சேன்னு பாக்குறேன். வேற எவனா இருந்தா நடக்கிறதே வேற!''

''இந்தப் பாவி மவள பாருங்க. புண்ணியமா போவும். இந்த ஒரு தடவ எறக்கம் காட்டுங்க சாமி.''

''சரி... சரி... நூறு ரூபாயை அப்புறம் கட்டுறேன்னு தர்மகர்த்தாகிட்ட சொல்லிட்டு மாட்ட அவுத்துட்டுப் போ. நான் பேசிக்கிறேன்.''

''சரிங்க சாமி...''

''இதான் ஒனக்கு கடைசி. இன்னொரு முறை மாடு பயிர மேஞ்சுது... மாடு ஒன்னோடது இல்லன்னு நெனச்சுக்கோ...'' என மீசையை நீவிக்கொண்டே அங்கிருந்து கிளம்பினார் சிவக்கொழுந்து.

அடுத்த சில வருடங்களிலேயே அந்த ஊரை விட்டுவிட்டு சொந்த ஊருக்கே சென்றுவிட்டாள் அன்னக்கிளி. இத்தனை வருடம் கழித்துத்தான் சிவக்கொழுந்திற்கு அந்தச் சம்பவம் நினைவிற்கு வந்தது.

மருத்துவமனையில் இருந்து சிவக்கொழுந்து வீடு வந்து சேர்ந்ததைக் கேள்விப்பட்டு அக்கம் பக்கத்தினர் நலம் விசாரித்தனர். இரண்டு நாள் கழித்து அவரைப் பார்க்க வந்திருந்தார் பிச்சாண்டி.

எந்தப் பிரச்னையானாலும் மனம்விட்டுப் பேசக்கூடிய அளவிற்கு இருவருக்கும் சிநேகிதம் இருந்தது.

''ஊருல இருந்தா நேத்தே வந்திருப்பேன். குடும்பத்தோட ராமேஸ்வரம் கோயிலுக்கு போயிட்டோம். காலையிலதான் வந்தேன்.''

''அதனால என்ன?''

''ஒடம்பு பரவாயில்லையா, திடீர்னு எப்படி ஆச்சு?''

''அன்னைக்கு மதியத்துல இருந்தே மூத்திரம் போவல. தண்ணி குடிச்சா சரியாப்போய்டும்னு பார்த்தேன். நேரம் ஆவ ஆவ வயிரு உப்பிடுச்சு. வலி தாங்க முடியாம நெளிஞ்சுக்கிட்டுக் கெடந்தேன். அப்புறம் காரை வெச்சிக்கிட்டு கவுர்மென்ட் ஆஸ்பித்திரிக்குப் போனோம். அங்கப்போனா டியூப் இல்ல... டாக்டர் இல்லன்னு அலைய வுடறானுங்க. எப்படியோ நரகத்துக்குப் போய் திரும்பி வந்தா மாதிரி இருக்கு.''

''டாக்டர் இல்லாம எப்படி?''

''கம்பவுண்டர்னு எவனோ ஒருத்தன் இருக்கான். அதுவும் வேலைக்குப் புதுசாம். ரெண்டு மூணு நர்ஸுங்க இருந்துச்சுங்க.''

''கடவுளே...''

''போன ஒடனே ஸ்டெச்சர்ல போய்ப் படுக்கச் சொன்னாங்க. அவங்களுக்குள்ள ஏதோ பேசிக்கிட்டாங்க. கம்பவுண்டர் வந்தான். டவுசர அவுருன்னு சொன்னான். நானும் அவுத்துட்டு படுத்துக்கிட்டு இருந்தேன். அப்பதான் டியூப் இல்ல. மணி பத்து ஆவப்போவுது. பஸ் ஸ்டான்டு பக்கத்துல ஒரு மெடிக்கல் இருக்கு. மூடிடப்போறாங்க சீக்கிரம் டியூப் வாங்கிவாங்கன்னு சொல்றான்.''

''அடப்பாவிங்களா?''

''ஒருவழியா கடைய சாத்துற நேரத்துல டியூப்ப வாங்கியாந்தாங்க. அப்புறம் நர்ஸு அந்த கம்பவுண்டர டியூப் போடச் சொல்லுச்சு. எனக்கு சரியா போட வராதுன்னு சொல்லிட்டான். அப்புறம் அந்த நர்ஸே கையில கிளவுஸ் போட்டுக்கிட்டு உள்ள வந்துச்சு. டியூப்ப வாங்கிப் பிரிச்சுச்சு. எனக்கு ஒரே கூச்சமாப் போச்சு. டக்குன்னு வேஷ்டியால மறைச்சுக்கிட்டு 'வேற டாக்டர் யாரும் இல்லையா?'ன்னு கேட்டேன். 'இப்ப யாரும் இல்ல. காலையிலதான் வருவாங்க'ன்னு கம்பவுண்டர் சொன்னான்.''

''அப்புறம்...''

''எனக்கு வலி உசுரு போறமாதிரி இருந்தது. அந்த கம்பவுண்டர் 'கூச்சப்படாத கம்முனு படு பெருசு'ன்னு அதட்டினான். அந்த நர்ஸு ஸ்கீரினுக்குப் பக்கத்துல போய் நின்னுக்கிச்சு. நீயே போட்டு வுடுப்பான்னு அவன்கிட்ட சொன்னேன். 'நான் போட்டா யூரின் வராது. ரத்தம் தான் வரும் பரவாயில்லயா?'ன்னு அலட்சியமா சொல்றான். 'லேட்டாச்சுன்னா உசுருக்கே ஆபத்தாயிடும்'ன்னு வேற சொல்றான். ஒடம்பு வெடவெடன்னு நடுங்க ஆரம்பிச்சுடுச்சு.''

''அடப்பாவிங்களா!''

''என்ன பண்றதுன்னே புரியல. வேற வழியில்லாம நானும் சரின்னு படுத்துக்கிட்டேன். அந்த நர்ஸு ஸ்க்ரீனுக்குப் பக்கத்துல இருந்து 'பெரியவரு என்ன சொல்லாரு?'ன்னு கேட்டுச்சு. 'பெருச நான் பாத்துக்குறேன். நீங்க வாங்கம்மா'ன்னு அவன் சொன்னான். நான் இருக்கமா கண்ணை மூடிக்கினேன். அப்புறம் வந்து ஒரு கையால அங்க புடிச்சு கோழிக்குஞ்சுக்கு ஊசி போடுற மாதிரி டியூப்ப சொருவுச்சு. என்னால வலி தாங்க முடியல. 'சும்மா கத்தக்கூடாது கம்முன்னு இரு'ன்னு சொல்லி டியூப்ப சரசரன்னு உள்ள தள்ளுச்சு. டியூப் வழியா மூத்திரம் வந்ததுக்கப்புறம்தான் உசுரு திரும்ப வந்த மாதிரி இருந்துச்சு.''

''படிச்சப் பொண்ணு ஆச்சே... எவ்ளோ கேஸ இதமாதிரி பார்த்திருக்கும். அப்புறம் இன்னா சொன்னாங்க?''

''காலையில டாக்டரைப் பார்த்துட்டுக் கௌம்புறப்ப 'எந்த ஊர்ல இருந்து வர்றீங்க?'ன்னு கேட்டுச்சு. ஊர் பேரைச் சொன்னேன். 'அந்த ஊருதானா?'ன்னு திரும்பக் கேட்டுச்சு. 'ஏன் கேக்கறீங்க?'ன்னு சொன்னேன். 'இல்ல பார்த்த மாதிரியே இருந்துச்சு, அதான் கேட்டேன்'னு சொல்லுச்சு. 'எங்க ஊரு தெரியுமா?'ன்னு கேட்டேன். 'நான் பொறந்தது அந்த ஊருலதான். சின்ன வயசுலேயே வேற ஊருக்குப் போயிட்டோம்'னு சொல்லுச்சு. 'எங்க ஊருல எனக்குத் தெரியாம யாரு?'ன்னு கேட்டேன். 'அன்னக்கிளி மவ தனலட்சுமி'ன்னு சொல்லுச்சு. முகம்கூட சரியா ஞாபகத்துக்கு வரல. சின்ன வயசுல மூக்கு வழிஞ்சுக்கிட்டுச் சுத்திக்கிட்டு கெடந்த பொண்ணு, எப்படியோ நர்ஸ் ஆயிடுச்சு! அவ முன்னால அம்மணமா இருந்தத நெனச்சாத்தான் மனசு ஏதோ மாதிரி இருக்கு.'' சிவக்கொழுந்து தலையணையில் சாய்ந்துகொண்டார்.

சற்று நேரம் அறை முழுவதும் மௌனம் அக்கிரமித்துக் கொண்டது.

''நம்மோட ஒடம்ப எவ்வளவு அந்தரங்கமா வெச்சிருப்போம். ஆம்பளயோ, பொம்பளயோ வியாதின்னு வந்துட்டா எல்லாத்தையும் வுட்டுற வேண்டியதுதான் போல'' அமைதியைக் கலைத்தார் சிவக்கொழுந்து.

''மனுஷனுக்குத்தான் அந்தரங்கம், ஆம்பள, பொம்பள பேதமெல்லாம். ஏதோ புதுசா தனக்கு மட்டும் இருக்குன்னு நெனச்சுக்கிட்டிருக்கான். நாம குழந்தையா இருக்கிறப்ப அத புடிச்சுக் கொஞ்சுவாங்க. குழந்தை வளர வளர மனசுக்குள்ள ஆம்பளங்கிற கர்வமும் சேர்ந்து வளர்ந்துடுது. தான்ங்ற அகங்காரம் அவனைச் சுத்தி வேலி போட்டுக்குது. தெருச் சண்டையில ஒட்டுத் துணி இல்லாம அம்மணமாக்கி அடிச்சுட்டானுங்கன்னு நடேசன் தூக்குப் போட்டு

செத்துப்போனத நாம பார்க்கலையா. அந்த நிர்வாணத்தை அவன் மனசு ஏத்துக்கிச்சா?''

''எப்படி ஏத்துக்கும்? அப்புறம் ஆம்பள தலை நிமிந்து தெருவுல நடக்க முடியுமா? 'உயிர்நீப்பர் மானம் வரின்'னு வள்ளுவர் சொல்லி வெச்சிருக்காரே. இந்த மாதிரி அவஸ்தயெல்லாம் படறதுக்கு உயிரே போயிருக்கலாம்.''

''அது திட்டமிட்டு நடத்தப்பட்ட கொடூரம். நடேசன் மானஸ்தன். அதான் செத்துப்போயிட்டான். உனக்கு வந்தது நோய். ரெண்டுக்கும் வித்தியாசம் இல்லையா? உடுக்கை இழந்தவன் கைபோலன்னு சும்மாவா சொன்னார் வள்ளுவர். ஆனா, இடுக்கண் களைவதற்கும் உடுக்கையை இழக்க வேண்டி இருக்கு பார்த்தியா? விநோதமாயில்ல இருக்கு.'' பதிலுக்கு திருக்குறளை எடுத்துவிட்டார் பிச்சாண்டி.

''சரி இந்தக் கதைய விடு... ஒருத்தன அம்மணமாக்கிப் பார்க்கிறது வக்கிரம் இல்லையா?''

''வக்கிரம் தான், என்ன பன்றது? எது செய்யறமோ அது நம்மள திருப்பி அடிக்கும் சிவக்கொழுந்து. நடேசன் சாபம் சும்மாவா வுட்டுச்சு. துணியக் கழட்டிட்டு ரோட்டுலேயே அடிச்ச நாராயணனை போலீஸ் புடிச்சிட்டுப் போனாங்களே. கோர்ட்ல இருந்து அவன ஜெயிலுக்குக் கூட்டிட்டுப் போனாங்க. அப்ப அவன ஒட்டுத் துணியில்லாம நிர்வாணமாக்கி கைய முன்னால நீட்டச் சொல்லி, மூணு தடவ உக்காந்து எந்திரிக்க சொன்னாங்க. அப்புறந்தான் ஜெயில் உள்ளயே சேத்தாங்க. நிர்வாணத்தோட வலி என்னான்னு அவனுக்கும் அப்ப தெரிஞ்சிருக்கும்.''

''நான் யாரையும் அப்படிப் பண்ணலியே...''

''ச்சே... ச்சே... நான் அப்படிச் சொல்லல. பொதுவா சொன்னேன். மண்ணுக்குள்ள விதைய ஊன்றி தண்ணிவிட்டு வெதச்சவன், விதை முளைக்கிற வரைக்கும் காத்திருப்பான். அதை ஒருபோதும் தோண்டிப்

பா. ஜெயவேல்

பார்க்க மாட்டான். ஆனா, நாம ஒருத்தி வயித்துக்குள்ளவே கண்ண விட்டு ஆணா, பெண்ணான்னு துழாவுறோம். வயிறு பெருசா இருக்கு உனக்கு ஆம்பளதான் பொறக்கும்னு அவளுக்குள்ள ஆசைய திணிக்கிறோம். சடங்கு செஞ்சு, சாமிய வேண்டி, மனக்கோட்டை எழுப்பிக்கிறோம். காயா, பழமான்னு ஆஸ்பத்திரி வாசல்லேயே ஏக்கத்தோடு காத்துக்கிடக்கோம். நர்ஸ் தூக்கி வரும்போதே, இடுப்புக்குக் கீழ பார்த்துட்டுதான பச்சக்கொழந்தையோட முகத்தையே பார்க்குறோம். அது ஆணா இருந்தா கர்ண கவசம்போல பிறப்பிலேயே உயர்வும் கர்வமும் வந்துடுது. மடியில இருக்கிற கொழந்த, முகத்துல மூத்தரத்தை விட்டு அடிச்சாலும், அது ஆம்பளயோட மூத்திரம்னா அம்மாவுக்கு ஒசத்திதான். சான் பிள்ளையானாலும் ஆண்பிள்ளைன்னு சொல்றதுல அவளுக்குப் பெருமை இருக்கத்தானே செய்யுது. அந்த அடிஉரம் தந்த தெம்புலதான் மீசையை முறுக்கிவிட்டுத் திரியுறோம். பொட்டச்சிக்கு வயசு எவ்வளவுகூட இருந்தாலும் ஆணுக்கு சேவகம் செய்யணும்னு நெனக்கிறோம். ஆம்பளை ஒரு பெண்ணை அடக்கி ஆள்வதுதான் வீரம்னு நெனக்கிறோம்.''

''அம்பளங்கிறதுல கொஞ்சம் சந்தோஷம் இருக்கத்தானே செய்யுது?''

''இருக்கட்டும் தப்பில்லை. ஆனா, நெறைய பேருக்கு அது அகங்காரமாத்தான இருக்குது. கோவம் வந்தா, போடா பூ... கேவலமா பேசுறோம். எதுக்கு? அப்படிச் சொன்னா எதிர இருக்கிறவனுக்கு அசிங்கம்னு நெனக்கிறோம். அவனே தப்பு செஞ்சுட்டு வந்தா, 'இவன்லாம் ஒரு ஆம்பளயா?'ன்னு சொல்றோம். அந்தச் செயல் தப்பா, சரியான்னுதானே நாம பேசணும். அங்க ஆம்பளப் பட்டத்து இழுக்கு எப்படி வந்தது? நாமளே ஒண்ணுமில்லாத ஒரு விஷயத்துமேல மாய பிம்பத்தைக் கட்டி எழுப்பி, அதைத் தூக்கிக் கொண்டாடுறதும், அது அப்படியில்லன்னு தெரிஞ்சதும், அதை

ஏத்துக்காம அந்தப் பிம்பத்தைச் சிதைக்கவும் செய்யுறோம். அதனாலதான் நிர்வாணத்தை ஏத்துக்கக்கூட மனசு மறுக்குது.''

''திடீர்னு எல்லாத்தையும் எப்படி ஏத்துக்க முடியும்? அதுக்காக நிர்வாண சாமியார் மாதிரி சுத்த சொல்றியா?''

''மனசுல ஒண்ணும் இல்லாத குழந்தை நிலைதான் நிர்வாணம். நாம நிர்வாணச் சாமியார் மாதிரியோ, குழந்தை மாதிரியோ இருக்க முடியாது. ஆனா, சில நேரங்கள்ல சாமியாராவோ, குழந்தையாகவோ மனச மாத்திக்கணும்.''

''எல்லாம் சரிதான். ஆனா, ஆம்பளய பார்க்க ஆம்பள டாக்டர் இருந்தா நல்லாயிருக்கும் இல்ல.'' விட்ட இடத்திற்கு வந்தார் சிவக்கொழுந்து.

''நாமதான் இதெல்லாம் பார்க்குறோம். அவசரம்னு வந்துட்டா அவங்களுக்கு அம்பள பொம்பள பேதம் கிடையாது. பொம்பளைங்களுக்கு இப்ப ஆம்பள பிரசவம் பார்க்கிறதில்லையா? ரெண்டு மாசத்துக்கு முன்ன எங்க ஊரு கோடி வீட்டு முத்துசாமிக்கு மூத்திரம் சொட்டுச் சொட்டா போவுதுன்னு அவர் பையன் சரவணன், ஆஸ்பத்திரிக்குக் கூட்டிட்டுப் போயிருக்கான். முத்துசாமிய படுக்கவச்சிப் பார்த்த டாக்டர், சரவணனையே அதை எடுத்துகாட்டச் சொன்னாராம். அப்புறம் இன்ஃபெக்ஷன் இருக்கிறதா சொல்லி டாக்டர் மருந்து கொடுத்திருக்காரு. அவருக்கு பொம்பள டாக்டர்தான் ஆபரேஷன் பண்ணுச்சாம். வார்டுல இருந்தப்ப ரெண்டு மூணு நாள் கட்டுபோட்டு விட்டுச்சாம். இதெல்லாம் அவருக்கு அப்ப கூச்சமாத்தான் இருந்திருக்கும். காலப்போக்குல அது மறந்துடும்.''

''இருந்தாலும் அங்க பொம்பள தொடும்போது கூச்சமா இருக்காதா?''

''காது, மூக்கு மாதிரி அது வெறும் சதைதான்யா. அது நமக்கான கௌரவம் இல்ல. வயசானா இனிமே எல்லாம் இப்படித்தான்

இருக்கும். அதுக்காக மனச பக்குவப்படுத்திக்கணும். வாழ்க்கையை அதன் போக்குக்கு விட்டுடணும்.'' சிவக்கொழுந்தை தொடர்ந்து சமாதானப்படுத்தினார் பிச்சாண்டி.

சில தினங்கள் கழித்து, ஒரு மாலை வேளையில் காலாற தெருவில் நடந்து சென்றுகொண்டிருந்தார் சிவக்கொழுந்து. அப்போது அம்மணமாகத் தெருவில் சுற்றிக்கொண்டிருந்தான் இரண்டு வயது சிறுவன்.

"பல்லாவ காட்டாத. ஜட்டி போடுறியா... இல்லையா? மீச தாத்தா வர்றார் பாரு. அவருக்கிட்ட புடுச்சுக் குடுத்துடுவேன்" என அவனின் அம்மா அதட்டிக்கொண்டிருந்தாள்.

எப்போதும் மீசையை முறுக்கி குழந்தைகளை மிரட்டிச் செல்லும் சிவக்கொழுந்து, புன்முறுவல் பூக்க இயல்பாகக் கடந்து சென்றார்.

கொடைமடம்

கொடுத்த பணத்திற்கான பொருள் வேண்டி கடை முன் காத்திருந்த நேரத்தில்தான் அந்த முதியவர் வந்து நின்றார்.

இடக்காது மடலுக்கும் தோளுக்கும் இடையில் அலைபேசியை அழுத்திப் பிடித்துப் பேசிக்கொண்டே, பேன்ட் பாக்கெட்டுகளில் கைகளை விட்டுத் துழாவி, பிறகு வலக்கை விரல்களால் மேல்சட்டை பாக்கெட்டில் துழாவி சுயசோதனை செய்துகொண்ட முடிவில்தான் தன்னிடம் சில்லறை இல்லை என்பதை உணர்ந்தான் மாதவன்.

அசையாமல் மௌனித்திருந்தார் முதியவர்.

"சுத்தமா கைல காசு இல்ல. செல்போன்லதான் இருக்கு. கொஞ்சம் நேரம் வெயிட்பண்ணுங்க. சாப்பிட ஏதாவது வாங்கி தர்றேன்."

பொருளீட்டும் முனைப்பில் பரபரப்பாய் ஓடிக்கொண்டிருக்கும் மனிதக்கூட்டத்திற்குத் தடையில்லாமல் ஓரமாக ஒதுங்கி நின்றது அந்த ஆகிருதி. ஒடுங்கிய தேகத்திலிருந்து கசிந்த வியர்வைத்துளிகள் பழுப்பு தோய்ந்த அழுக்குச் சட்டையை ஈரமாக்கியிருந்தது. அது எங்கோ, யார் வீட்டிலேயோ அல்லது தெருக்குழாயிலோ குடித்த நீராக இருக்கலாம். இப்போது வியர்வையாய் வடிந்து திட்டுத்திட்டாய் உப்புப் படிமமாக இருந்தது. ஒரு மாதத்தைக்கூட தாண்டாத நரை மயிர் கன்னங்களில் திரை விரித்திருந்தது. வயோதிகம், வறுமை, நடை தளர்வு, உள்வாங்கிய கண்கள், இடது தோளில் மஞ்சள் பை, தேய்ந்த

ரப்பர் செருப்பு இவையெல்லாம் காண்போரின் புறக்கண்களுக்கு எளிதில் அகப்பட்டும். பார்த்த உடனே ஒரு யாசகனாய் அடையாளம் காணும் அளவுக்கு அனைத்து புற இலக்கணக்குறிப்புகளும் அவருக்குள் அடங்கியிருந்தன. ஆனால் வேதனை, வெறுமை உள்ளிட்ட அகப்பொருள்கள் சிலரின் கண்களுக்குத்தானே புலப்படும்.

தேவை உள்ளோருக்கு மட்டுமே உதவ வேண்டும் என்பான் மாதவன். ஆனால் அவன் அம்மாவுக்கு அப்படியல்ல. அமாவாசை தர்ப்பணமாகவோ, பசு மாட்டிற்கு அகத்திக் கீரையாகவோ, கற்சிலைகளுக்குக் காணிக்கையாகவோ, ஆஞ்சநேயருக்கு வடை மாலையாகவோ அவளின் கருணை உருகொள்ளும். அதற்கும் காரணம் இருக்கத்தான் செய்கிறது.

தினமும் வேலைக்குச் சென்று திரும்பும் அண்ணன் அன்றைக்கு வராமலேயே போனான். போலீஸ் ஸ்டேஷன், போஸ்டர், செய்தித்தாள் விளம்பரம், போக்குவரத்து என அப்பா செலவு செய்து ஓய்ந்துவிட்டார். அதன் பிறகு வீட்டில் நான்கு காலண்டர்கள் மாற்றப்பட்டுவிட்டன. இப்போதெல்லாம் இரவு நேரங்களில் பெரும்பாலும் தள்ளாடித் தள்ளாடித்தான் வீட்டிற்கு வருகிறார் அப்பா. அப்படியான நேரங்களில் ஆட்டோக்காரனிடம் மீதி சில்லறையைக்கூட வாங்க மாட்டார்.

அண்ணன் உயிரோடு இருக்கிறானா என்பதுகூட யாருக்கும் தெரியாது. அவன் எங்கு இருந்தாலும் நன்றாக இருக்க வேண்டும். ஒருநாள் அவன் கிடைக்கத்தானே செய்வான் என்ற நம்பிக்கையை இன்னும் பிடித்து வைத்துக்கொண்டிருக்கிறாள் அம்மா.

அம்மா ஜாதகத்தில் பித்ரு தோஷம் இருப்பதாக ஜோதிடன் சொன்னதிலிருந்து அவள் ஏறாத கோயில் இல்லை. வேண்டாத கடவுள் இல்லை. அப்போதிலிருந்துதான் தர்ப்பணம், காணிக்கை, அன்னதானம் எல்லாம் அவளுக்கு அதிகமாயிற்று.

ஒரு முறை தர்ப்பணம் செய்ய வந்த ஐயர், "பொன்னும் பொருளும்

கேட்டவர்க்கெல்லாம் வாரிக் கொடுத்தவன் கர்ணன். இறக்கும்போதுகூட தனது தானத்தால் விளைந்த புண்ணியத்தையே தானமாகக் கொடுத்தவன். கர்ணன் இறந்து பரலோகம் போனபோது, பசி அவனை வாட்டியெடுத்தது. துடித்தான். கதறினான். அப்போது அங்கு இருந்தவர், 'நீ எல்லா தர்மமும் செய்திருக்கிறாய். ஆனால் அன்னதானம் மட்டும் செய்யவே இல்லை. இருந்தாலும் பரவாயில்லை. உன்னுடைய ஆள்காட்டி விரலை வாயில் வைத்து கடித்துக்கொள். பசி போய்விடும்' எனச் சொன்னார். அப்படிச் செய்ததும் அவனின் பசி தீர்ந்துபோனதாம். அவனுக்கு ஆச்சரியமாக இருந்தது. பசியைப் போக்க உதவியவரிடத்தில் காரணத்தைக் கேட்டான் கர்ணன். 'ஒரு நாள் உனது மாளிகைக்கு எதிரே ஒரு வீட்டில் அன்னதானம் செய்துகொண்டிருந்தார்கள். அந்த வழியாக வந்த ஒருவனுக்கு உன்னுடைய ஆள்காட்டி விரலால் அந்த இடத்தைச் சுட்டிக்காட்டினாய். ஒருவர் பசியை உனது ஆள்காட்டி விரல் மூலம் போக்க உதவினாய். அந்தப் புண்ணியம்தான் இப்போது உன் பசியைத் தீர்த்தது' எனக் கர்ணனுக்குச் சொன்னார். மத்தவங்களுக்குக் கொடுக்கிறது புண்ணியம்; எல்லா பாவத்தையும் போக்கும். யாருக்குக் கொடுத்தாலும் தயங்காமக் கொடுங்க.'' என்றார்.

அம்மாவின் மனதிற்கு அது ஆறுதலாகவும் தெம்பாகவும் இருந்தது.

அவர் வீட்டைவிட்டு செல்லும்போது இரண்டு கட்டைப் பைகளும் கனத்து இருந்தன.

''சாமி பேரை வெச்சுக்கிட்டு கொழுத்தவங்களுக்கு ஏம்மா கொட்டிக் கொடுக்கணும்? இல்லாதவங்களுக்குக் கொடுத்தாலாவது புண்ணியம் கிடைக்கும்'' என்பான் மாதவன்.

''ஆண்டவனுக்கு ஏதோ குறைவெச்சிட்டேன்னு மனசுக்குள்ள தோணுது. அதான் நம்மள இப்படிச் சோதிக்கிறான். ஏதோ, கடவுள் பேரைச் சொல்லி நாலு பேருக்குக் கொடுக்கிறேன். இப்பவாவது

ஆண்டவன் மனசு குளிராதா, நம்ம புள்ள கிடைக்காதான்னு மனசுக்குள்ள ஒரு ஏக்கம் உறுத்திக்கிட்டே இருக்கு.'' என்பாள்.

அடுத்த சில மாதங்களில் மாதவனுக்கு சொந்த ஊரிலிருந்து இருநூறு மைல் கடந்து சென்னையில் வேலை கிடைத்தது. புறநகரில் உள்ள நண்பன் லட்சுமணன் வீடு இருந்த தெருவிலேயே வாடகைக்கு வீடு எடுத்துத் தங்கிக்கொண்டான். பின்னாளில் அம்மாவும் அப்பாவும் அதே வீட்டிற்குக் குடிபெயர்ந்தார்கள். இடம் மாறியது அவர்களுக்கு சற்று மன ஆறுதலைக் கொடுத்தது.

மாதவனுக்கு காலை, மாலை என இருவேளையும் ரயில் பயணம். அந்தப் பயணத்தின்போது பல்வேறு வகையான மனித முகங்களை அவன் காண நேரிட்டது. மனிதர்கள் ரயிலில் ஏறியதும், காதுகளில் ஹெட்செட்டைத் துருத்திக்கொள்கிறார்கள். செல்போனில் முகத்தைக் கவிழ்த்துக் கொள்கிறார்கள். உணவைப் பகிர்ந்துகொள்வதில்லை. சகமனிதர்களின் முகங்களைப் பார்ப்பதற்கோ, ரசிப்பதற்கோ, முகம்கொடுத்துப் பேசுவதற்கோ யாரும் தயாராக இல்லை. புன்னகைகூட ஒரு மின்னணுக் கருவிக்கு எதிராகத்தான் பூக்கிறது. மனிதனின் ஆகச்சிறந்த பண்புகளை ஈவு இரக்கமில்லாமல் கொன்றுவிட்டன, அவன் விஞ்ஞானத்தால் விளைவித்த கருவிகள்.

சமோசா, அன்னாசிப் பழத் துண்டு, வேர்க்கடலை, இனிப்பு மிட்டாய், கைக்குட்டை, பேனா என எதையாவது விற்று வயிற்றைக் கழுவிக்கொள்ளும் அன்றாடங்காய்ச்சிகள் நிறுத்தத்திற்கு நிறுத்தம் பெட்டி மாறிக்கொள்கிறார்கள். கைதட்டி உரிமையாய் பணம் கேட்கும் திருநங்கைகள், சில்வர் பாத்திரத்தில் சில்லறைகள் எழுப்பும் சத்தத்துடன் யாசகம் கேட்கும் ஆதரவற்ற முதியவர்கள், கறுப்புக் கண்ணாடி அணிந்து பழைய பாட்டுகளைப் பாடிச் செல்லும் பார்வையற்ற மாற்றுத்திறனாளிகள் இப்படி பல முகங்களை பயணத்தின்போது காண நேரிடுகிறது. சுயநலம், வெறுப்பு, வெறுமை, ஆசை, வக்கிரம், மகிழ்ச்சி, இயலாமை என அனைத்தையும் ஒரு மரவட்டைபோல ரயில் சுமந்து சென்றுகொண்டிருக்கிறது.

ஆரம்பத்தில் அவன் முகத்திலும் கருணை பளபளத்திருந்தது. மாநகர அனுபவங்கள் அவன் மனத்தில் பல கசப்பான வடுக்களை வரைந்துவிட்டன. இயலாமையின் வடிவமாய்த் தோன்றிய யாசகம், நவீனத்துவம் அடைந்து ஒருசிலரின் பொருளீட்டும் தொழிலாய் மாறிப்போனது. அந்த இயலாமை, நவீனத்துவத்துடன் போட்டியிட்டுத் தோற்கத்தானே செய்கிறது. அழுக்கு வேடம் பூண்டும், ஆரோக்கியமான கையை அடிப்பட்டு உடைந்தாற்போல கட்டுப் போட்டுக் கொண்டும், இரவல் குழந்தையை மடியினில் இருத்தி அழவைத்தும் தெருவெங்கும் மனிதர்கள் திரியத்தானே செய்கிறார்கள். குழந்தைக்குப் பசிக்குது என்றும், ஊர் போகக் காசு இல்லையென்றும், வேலை இல்லையென்றும் பொய்களை உதிர்த்து அடுத்தவரின் கருணையைப் பணமாய் ஈட்டும் வித்தையைக் கற்றிருக்கிறார்கள். அந்தக் கருணையெல்லாம் ஒன்றிணைந்து மதுக்கடை வாயிலில் துரோகமாக உருப்பெற்று நிற்கும்போது யாருக்குத்தான் கோபம் வராது. அவனுக்கும் வெறுப்பு வரத்தானே செய்யும்?

ஒருமுறை வேலை முடித்து ரயிலில் திரும்பியபோது, நண்பன் லட்சுமணன் இப்படித்தான் சொன்னான். ''பிச்சைக்காரர்களுக்கு இரக்கம் காட்டணும்னா காலையில ஆயிரம் ரூபாய்க்கு சில்லறை மாத்திக்கிட்டு வந்தாகூட மிச்சம் எடுத்துக்கிட்டு போக முடியாது. பிச்சை எடுப்பவங்கள உத்துப் பார்க்கக் கூடாது. தூங்குறதுபோல கண்ணை மூடிக்கணும். புத்தகம் படிப்பது, செல்போனைப் பார்ப்பது என பிஸியா இருக்கிறதுபோலக் காட்டிக்கணும். ஆனா, அரவாணிங்ககிட்ட இருந்து தப்பிக்கிறது கொஞ்சம் கஷ்டம். அவங்க ஆபீஸர் மாதிரி இருக்கிற நடுத்தர வயசுக்காரங்களையோ பெண்களையோ அதிகம் தொந்தரவு செய்ய மாட்டாங்க. கிராமத்துக்காரங்க, நம்மள மாதிரி வயசுப்பசங்க, புதுமுகம் இவங்களதான் அவங்க குறிவச்சு கைத்தட்டி கேட்பாங்க. சில்லறை இல்லைன்னு வாயத்தொறந்து அக்கறையா சொல்லக் கூடாது. அவங்களுக்கும் நமக்கும் தொடர்பு இல்லாத மாதிரி கல்லாட்டம்

இருக்கணும். கொடுக்கலைன்னா ரெண்டு தடவ கேட்டுட்டுப் போய்டுவாங்க.''

''இல்லைன்னா இல்லைன்னு சொல்லலாம் இல்ல!''

''இல்லைன்னு சொல்றதுகூட ஒருவித அக்கறைதான். ஒருத்தன் கொடுக்கலைன்னா, அடுத்தவங்கள நோக்கிப் போய்க்கிட்டே இருப்பான். 'கை, கால் நல்லாத்தானே இருக்கு. உழைச்சுச் சாப்பிடமாட்டீங்களா?'ன்னு ரயில்ல ஒருத்தனாவது அவங்ககிட்ட கேட்டு சண்டைபோட்டுப் பார்த்திருக்கியா? கொடுக்கணும்னு மனசு இருக்கிறவனுக்குத்தானே அந்தக் கேள்வி எழும். சிட்டி லைஃப்க்கு வந்துட்டா இப்படித்தான். நான் நல்லவன்; தானப்பிரபுன்னு யாருக்கும் நிரூபிக்கணும்னு அவசியமில்லை.'' மாதவன் மனத்தில் கூர்மையான நங்கூரத்தை இறக்கினான் லட்சுமணன்.

மாதவனுக்கு அது நியாயமாகவும் பட்டது. பின்னாளில் தனது கருணையைக் கசக்கி கூவத்தில் எறிந்துவிட்டதுபோல மாறிவிட்டான். மரத்தை அடியோடு வெட்டிச் சாய்த்தாலும் அதன் வேர் மண்ணில் உயிர்ப்புடன் இருக்கும்தானே!

ஒரு ஞாயிற்றுக்கிழமையில் லட்சுமணனுடன் ஹார்டுவேர் கடைக்குச் செல்வதாய் இருந்தது. அடுத்தடுத்து ஹார்டுவேர், எலெக்ட்ரிக்கல், எலெக்ட்ரானிக்கல் கடைகள் நிறைந்திருந்த தெருவின் பகுதி அது. இருவரும் அங்கு தேவையான பொருட்களை வாங்கிக்கொண்டிருந்தார்கள்.

''அப்புறம்... நாலு இன்ச் ஸ்குரு. ஆறு சைஸ் தலை வெச்சது. நாலு டஜன்.''

''நாலு இன்ச்சுல ஆறு சைஸ் தலை வெச்சது வர்றதில்லையே'' என்றார் கடைக்காரர்.

''நல்லா பாருங்க அதுதான் வேணும்னு கார்பென்டர் சொல்லியிருக்கார்.''

''குடோன்ல இருக்குதாம். கொஞ்சம் வெயிட் பண்ணுங்க. பையன எடுத்து வரச் சொல்றேன்.''

''அப்புறம்...''

''அவ்ளோதான். பில்போட்டுடுங்க''

கடைக்காரர் சொன்ன தொகைக்கு செல்போனை எடுத்து ஸ்கேன் செய்து ஜீபே மூலமாகப் பணத்தைப் பரிவர்த்தனை செய்தான் மாதவன்.

அருகில் இருந்த லட்சுமணன், ''மார்க்கெட் வந்திருக்கேன். ஏதாவது வாங்கணும்னா இப்பவே சொல்லிடுங்க. திரும்பவும் என்னால மார்க்கெட்டுக்கு வரமுடியாது'' என செல்போனில் பேசிக்கொண்டே இருந்தான்.

மாதவனும் யாருடனோ போனில் மூழ்கியிருந்தான்.

கோடை வெயில் தகித்துக்கொண்டிருந்தது.

கொடுத்த பணத்திற்கான பொருள் வேண்டி கடை முன் காத்திருந்த நேரத்தில்தான் அந்த முதியவர் வந்து நின்றார்.

முதியவரின் தோற்றம் அவன் ஆழ்மனத்தில் தன்னையறியாமல் இரக்கத்தை முளைவிடச் செய்தது. அதன் பிறகுதான் மாதவனின் கைகள் பாக்கெட்டுகளைத் துழாவின.

''சாப்பிட ஏதாவது வாங்கித் தருகிறேன்'' என மாதவன் உறுதியாய்ச் சொன்னதைக் கேட்டு ஓரமாய் அசையாமல் மௌனித்திருந்தார் அந்த முதியவர்.

''சீக்கிரம் கொண்டு வரச் சொல்லுங்க. காலையிலயே சாப்பிடல. வெயில் வேற மண்டைய பொளக்குது.'' எனக் கடைக்காரரை மாதவன் அவசரப்படுத்தினான்.

''பக்கத்துலதான் குடோன் இருக்கு. சீக்கிரம் வந்துடுவான்.''

''கையில பொருள் இருக்குதோ இல்லையோ. காச வாங்கிப் போட்டுடுறாங்க.'' நமட்டுச் சிரிப்போடு லட்சுமணன் சொல்லும்போது வாயிலிருந்து புகை பரவியது.

''அது அவங்க வியாபாரத் தந்திரம்... ரத்தத்துலேயே ஊறினது.''

''இன்னிக்கு படத்துக்குப் போலாம்னு சொன்னியே!''

''ஆமாம். போன தடவ செலவு என்னோடது. இந்தத் தடவ நீதான் எல்லாம் பார்த்துக்கணும். ஞாபகம் இருக்கா?''

''அதெல்லாம் ஒரு படமா? அதுக்கு செலவு செஞ்ச காசுல, ஒரு பீர் அடிச்சிருக்கலாம்.''

இப்படி லட்சுமணன் சொல்லும்போது பெரியவர் அங்கிருந்து மெதுவாக நகரத் தொடங்கினார்.

இதைக் கண்ட மாதவன். ''சில்லறை ஏதாவது இருந்தா கொடு'' என லட்சுமணனை நோக்கி கை நீட்டினான்.

பேன்ட் பாக்கெட்டில் கையை விட்டு மொத்தமாக அள்ளினான் லட்சுமணன். காகிதத்துண்டுகள், பழைய பில், ஐந்நூறு, நூறு, ஐம்பது ரூபாய்களுக்கு நடுவில் அழுக்கடைந்த ஓர் இருபது ரூபாய் தெரிந்தது. அதை எடுத்து மாதவனிடம் கொடுத்தான்.

அதற்குள் இரண்டு கடைகளைத் தாண்டி மெதுவாய் நடந்துகொண்டிருந்தார் பெரியவர்.

அவரை நோக்கி வேகமாய்ச் சென்று ''இந்தாங்க வெச்சிக்குங்க'' என இருபது ரூபாயை நீட்டினான்.

அவர் அந்தப் பணத்தைப் பார்க்கக்கூட விருப்பமில்லாதவராக நகர்ந்தார். அவனைத் தவிர்ந்து முதியவர் நடந்து சென்றது முகத்தில் ஓங்கி அறைந்ததுபோல இருந்தது.

கடைக்கே திரும்பினான் மாதவன்.

''என்னடா ஓடிப்போய் கொடுத்துட்டு வர்ற.''

''பெருசு காசை வாங்காமலே போயிடுச்சு.''

''என்னவாம்?''

''தெரியல. வேணாம்னுகூட வாயத் தொறந்து சொல்லல. எனக்கு ஏதோ மாதிரி இருக்கு.''

''மொதல்லயே கொடுத்திருக்கலாம் இல்ல.''

''இருந்திருந்தா ஏன் நிக்க வைக்கப்போறேன்?. ஜீபே பண்ணிக்கலாம்னு கையில காசு எதுவும் எடுத்துக்கிட்டு வரல. சாப்பிட ஏதாவது வாங்கிக் கொடுக்கலாம்னு பார்த்தா, பக்கத்துல எலெக்ட்ரிக்கல் கடையும், செல்போன் கடையும்தான் இருக்குது. பத்து கடை தள்ளிப்போனாத்தான் டீ கூட கிடைக்கும்.''

''சரி வுடு. பார்த்துக்கலாம்.''

''அவருக்கு சாப்பாடாவது வாங்கிக் கொடுக்கணும்.''

''இப்ப இன்னா திடீர் கரிசனம் ஒனக்கு.''

''காசு இல்லன்னு ஆரம்பத்துலேயே சொல்லியிருக்கலாம். ஏன் நிக்கவெச்சோம்னு இருக்கு.''

''அவங்க தொழில்ல இதெல்லாம் சகஜம்.''

''ரெகுலரா பிச்சை எடுக்கிறவங்களுக்குதான் அது தொழில். ஒருத்தர் இல்லைன்னா இன்னொருத்தர் போடுவாங்கன்னு போய்க்கிட்டே இருப்பாங்க. இவரப் பார்த்தா அப்படித் தெரியல. ஏதோ பசிக்கு கேட்குறார்னு நெனக்குறேன்.''

''அது எப்படி...? நீ கொடுக்கலைன்னா அப்படியே போயிடுவாரா? எப்படியும் இன்னொருத்தர கேட்கத்தான் போறார்.''

''அதோ பார், அவர் யாருகிட்டயும் கேட்காமத்தான் போறார்.''

''அவருக்குத் தேவைப்படலன்னு நெனக்குறேன்.''

''சிலருக்கு எல்லார்கிட்டயும் கேட்கத் தோணாது. சிலராண்டதான் கேட்கணும்னு தோணும். அப்படி நம்பி கேட்ட இடத்துல கிடைக்கலைன்னா விரக்தியா போயிடுவாங்க.''

''கேக்குறது பிச்சை, அதிலென்ன கௌரவம் இருக்கு?''

‘‘ஈயென இரத்தல் இழிந்தன்று, அதன் எதிர்

ஈயேன் என்றல் அதனினும் இழிந்தன்று

கொள் எனக் கொடுத்தல் உயர்ந்தன்று, அதன் எதிர்

கொள்ளேன் என்றல் அதனினும் உயர்ந்தன்று’’

“இன்னாடா புலவராட்டம் பாட்டுல்லாம் பாடுற.’’

“இது பாட்டு இல்ல, பண்பாடு. கொடுக்கிற பணத்த வேணாம்னு சொல்ற பிச்சைக்காரன நீ பார்த்து இருக்கியா?’’

’’சரி அதுக்கென்ன இப்ப?’’

‘‘அவரைப் பார்த்தா எனக்குப் பிச்சை எடுக்கிறத தொழிலா வெச்சிருக்கிற ஆளா தெரியல. பணத்தை வாங்காம நடந்துபோனப்ப, எங்க அண்ணன் முகம் கண்முன்ன வந்து போச்சு. அவனும் அப்படித்தான் ஒரு பொருளைக் கேட்டதும் கொடுக்கலைன்னா. அவன் தேவைக்குப் பிறகு எப்ப கொடுத்தாலும் வேணாம்னு போயிடுவான். அது தங்கமலையா இருந்தாலும். ஒருத்தன் மனசுக்குள்ள தேவைங்கிற பசி ஏற்படும்போதே கொடுத்துடணும். அதனாலதான் இடதுகையால வெள்ளிக் கிண்ணத்தை கொடுத்தான் கர்ணன்.’’

‘‘சரி… சரி… ஒன்னோட புராணமெல்லாம் போதும். அவருக்கு ஏதாவது வாங்கிக் கொடுக்கணும் அவ்வளவுதானே… பெருசு தெருக்கோடியகூட தாண்டியிருக்காது. போகும்போது வாங்கிக் கொடுத்துட்டுப் போயிடலாம்.’’

சில நிமிடங்களில் அவர்களுக்கான பொருட்கள் தயாரான பிறகு, இருசக்கர வாகனத்தில் இருவரும் கிளம்பினார்கள். வழியெங்கும் முதியவரைத் தேடிக்கொண்டே வந்தான் மாதவன். பிரதான சாலையை அடைந்தும் அவர் கிடைக்கவே இல்லை. சட்டைப்பையில் இருந்த இருபது ரூபாய் அவனுக்கு பெரும் பாரமாகவே இருந்தது.

திட்டமிட்டபடி தங்களின் அன்றைய வேலைகளை முடித்துவிட்டு, இருவரும் இரவுக் காட்சி சினிமாவிற்குச் சென்றனர். நள்ளிரவில் அவர்கள் வீடு திரும்பும்போது, கோடை மழை பூமியைக் குளிர்வித்திருந்தது.

"இந்த இருவது ரூபாயை தனியா எடுத்து வெச்சுக்கிட்டேன். ஒருநாள் அவரைப் பார்த்துக் கொடுக்காம விடமாட்டேன்" என்றான் மாதவன்.

"பெட்ரோ மாக்ஸ் லைட்டேதான் வேணுமா... வேற காசு கொடுக்கக் கூடாதா?"

"இந்த மாதிரி சின்ன விஷயத்துலதான் ஒரு பெரிய சந்தோஷம் இருக்கும்."

"அதிகமா சினிமா பார்த்தா இப்படித்தான். பார்த்துப் பத்தரமா வை. ஒங்க அம்மா எடுத்து பால் வாங்கிடப்போறாங்க."

"விதி அப்படி இருந்தா என்ன பண்ண முடியும்?"

"எப்படியும் பெருசு இங்கதான் சுத்தும். அடுத்த வாரம் கொடுத்துடலாம்."

"செல்போன நம்பியே வெளிய போய்ப் பழகிட்டோமே. எதையெதையோ விழுங்கின செல்போன் கடைசியில மனுஷனோட கருணையையும் சேர்த்து விழுங்கிடுச்சு பார்த்தியா!"

அமைதியாகக் கேட்டுக்கொண்டு வந்த லட்சுமணன், வீட்டின் அருகே மாதவனை இறக்கிவிட்டுச் சென்றான்.

வாயில் முன்பாக மாதவன் வந்து நின்றபோது, வேட்டியை நாய்க்குப் போர்த்திவிட்டு, பக்கத்தில் சுருண்டு படுத்துக்கிடந்தார் அப்பா.

பாறு

அவசரச் சிகிச்சைப் பிரிவில் மதியழகன் நுழையும்போது, அப்பா உயிரோடுதான் இருக்கிறார் என்பதை உடல் அசைவுகள் காட்டிக்கொண்டிருந்தன.

செங்குருதியை தலையில் ஊற்றிக் குளித்ததுபோல் உடலெல்லாம் அடர்சிவப்பு அப்பிக்கொண்டிருந்தது. பாறை இடுக்கிலிருந்து கசிந்து ஓடும் நீரைப் போல நெற்றியிலிருந்து ரத்தம் கசிந்துகொண்டே இருந்தது. மூச்சுக்காற்றில் ரத்தம் கலந்து, மூக்கு, வாய் என குமிழ் குமிழாய் வெடித்துக் கொண்டிருந்தது. சுயநினைவில்லாமல் மூச்சிரைத்துக் கொண்டிருந்தார் பரமசிவம். அவரைச் சுற்றியிருந்த மருத்துவர்களின் எண்ணிக்கை விபத்தின் தீவிரத்தை உணர்த்துவதாய் இருந்தது. அருகில் முகத்தைப் பொத்திக்கொண்டு அழுதான் மதியழகன்.

"சார், அப்பாவுக்கு எப்படி இருக்கு?"

"தலையில பலமா அடிபட்டிருக்கு. கால் எலும்பு உடைஞ்சிருக்கு. எக்ஸ்ரே, ஸ்கேன் எடுத்தாத்தான் எதையும் சொல்ல முடியும்."

"நீங்கப் போய் வேஷ்டி ஒண்ணும், பெட்ஷீட் ஒண்ணும் வாங்கிட்டு வாங்க" என்றார் நர்ஸ்.

அதற்குள்ளாக 108 ஆம்புலன்ஸ் பைலட் அங்கே வந்து, ‘‘நீங்கதான் அவர் பையனா?’’ என்றார்

‘‘ஆமாம்.’’

‘‘இதுல ஒரு கையெழுத்து போடுங்க.’’ என அவர் குறிப்பிட்ட இடத்தில் கையொப்பமிட்டான் மதியழகன்.

‘‘நான் கெளம்பட்டுமா?’’

‘‘ஐஞ்சு நிமிஷம் இருங்க சார். பெட்ஷீட் வாங்கிக் கொடுத்துட்டு வந்துடுறேன்’’ என அவசரச் சிகிச்சைப் பிரிவிற்கு வெளியில் இருந்த நடைமேடைக் கடையில் அவசர அவசரமாக வாங்கிக் கொடுத்துவிட்டு வந்தான்.

‘‘எப்படி ஆச்சு சார்?’’

‘‘வெள்ளை கலர் மாருதி ஷிப்ட் கார் அடிச்சுட்டுப் போயிடுச்சு. அங்க இருந்தவங்க அந்த காரை மடக்கியிருக்காங்க. அவன் ‘நான் கோர்ட்ல பார்த்துக்குறேன்’னு சொல்லிட்டுப் போயிட்டான்.’’

‘‘நம்பர் தெரியுமா சார்?’’

‘‘காரோட படமே அனுப்பியிருக்காங்க. உங்களுக்கு வாட்ஸ்அப்புல அனுப்புறேன்.’’

‘‘ரொம்ப தேங்ஸ்.’’

‘‘வேற ஏதாவது தகவல் தேவைப்பட்டா கூப்பிடுறேன். இத வெச்சிக்குங்க’’ என அவரின் வலது உள்ளங்கையில், மதியழகன் கரங்கள் பற்றின. நன்றி தெரிவிப்பதுபோல இருந்தது அந்த அழுத்தம். பைலட்டும் மறுப்பு ஏதும் தெரிவிக்காமல் அங்கிருந்து கிளம்பினார்.

மீண்டும் அவசரச் சிகிச்சைப் பிரிவு அறையின் உள்ளே சென்றான் மதியழகன்.

சட்டையைக் கத்தரித்து, உடல் முழுவதும் பரவியிருந்த ரத்தத்தைத் துடைத்துக்கொண்டிருந்தார்கள். மருத்துவர் ஒருவர் தலையில் தையலிட்டுக்கொண்டிருந்தார்.

மதியழகனுக்கு ரத்த வாடை குமட்டியது. தலை சுற்றியது. நிற்கத் தடுமாறி மயங்கி சாய்ந்தான். தண்ணீர் தெளித்து எழுப்பினார்கள். கண்களைச் சுழற்றியவாறே வெறித்துப் பார்த்தான்.

"நீங்க கொஞ்சம் வெளிய இருங்க. கூப்பிடுறோம்." என நர்ஸ் சொன்னாள்.

அழக்கூடத் தெம்பில்லாதவனாக வெளியில் வந்து தரையில் உட்கார்ந்துகொண்டான் மதியழகன்.

"மதியழகன் யாருப்பா?" என்றது வார்டுபாயின் குரல்.

வலக்கையை தரையில் ஊன்றி எழுந்து சென்றான் மதியழகன்.

"இந்தாங்க அவரோட பர்ஸ். எல்லாம் சரியா இருக்கான்னு பார்த்துக்குங்க. எம்ஆர்ஐ ஸ்கேன் எடுக்கணும், எக்ஸ்ரே எடுக்கணும்."

"பணம் ஏதாவது கட்டணுமா?"

"இது ஆக்சிடென்ட் கேஸ். 24 மணி நேரத்துக்கு எந்த ஃபீஸும் கிடையாது. எல்லாமே ஃப்ரீதான். நீங்க கொஞ்சம் கூட வாங்க" என ஸ்டெச்சரைக் கொண்டுவந்தார்.

எம்ஆர்ஐ ஸ்கேன் முடிந்தது.

"தலையில ரொம்ப காயமா?" என்றான் மதியழகன்.

"அதெல்லாம் உங்ககிட்ட சொல்ல மாட்டாங்க. டாக்டரே வந்து பார்த்துக்குவாரு. எதுன்னாலும் அவங்ககிட்டதான் சொல்வாங்க."

"ஏன்?"

''அதெல்லாம் நமக்குப் புரியுமா? நம்மகிட்டயெல்லாம் சொல்லவும் கூடாது.''

''வேற யார்கிட்ட சொல்வாங்க?''

''எல்லாத்துக்கும் ஒரு புரொசீஜர் இருக்கு சார். எக்ஸ்ரே எடுத்துடலாம் வாங்க.''

எக்ஸ்ரே அறை முன்பாக இரண்டு மூன்றுபேர் மருத்துவச் சீட்டோடு நின்றிருந்தார்கள். அப்போது கையில் இருந்த சீட்டை எக்ஸ்ரே எடுப்பவரிடம் கொடுத்து ''ஆக்சிடென்ட் கேஸ் கொஞ்சம் சீக்கிரம் அனுப்பு'' என்றார் வார்டுபாய்.

பரிசோதனைகளை முடித்துக்கொண்டு பரமசிவத்தை மீண்டும் அவசரச் சிகிச்சைப் பிரிவிற்குக் கொண்டு வந்து கிடத்தினார்கள்.

''நான் கெளம்பட்டுமா சார்?''

''ரொம்ப தேங்ஸ்ங்க.''

''டீ செலவுக்கு ஏதாவது பார்த்து செய்யுங்க.''

இருவரின் வலக் கரங்களையும் இணைத்து, நொடியில் உடைந்தது காகிதப்பாலம்.

''சார் ரெண்டு பேர் இருக்கோம்.'' வார்டுபாய் பற்களில் கறை தெரிந்தது.

மீண்டும் ஒரு காகிதப்பாலம் உயிர்ப்பெற்று உடைந்தது.

பெல்ட், மருந்துக் குப்பிகள், கிழிந்த துணிகள், ரத்தக்கறை படிந்த பஞ்சு, காலி குளூக்கோஸ் பாட்டில்கள் என அந்த அறை முழுவதும் தரையில் அலங்கோலமாய் இறைந்து கிடந்தன. அறையெங்கும் புலால் வாடை, கண்ணீரும் கதறலுமாக அலையும் உறவுகள், மருத்துவர்களின் தீவிர போராட்டம் என போர் முடிந்த களம்போல இருந்தது அவசரச் சிகிச்சைப் பிரிவு. அங்கே நினைவிழந்தவராய்

ஆக்ஸிஜன் மாஸ்க் வைத்த நிலையில், கண்களை மூடி மூச்சு விட்டுக்கொண்டிருந்தார் பரமசிவம்.

''ப்ளெட் அதிகமா லாஸ் ஆயிருக்கு. மயக்கத்துல இருக்கார். தலையில காயம் கொஞ்சம் பலமா இருக்கும்னு நினைக்கிறேன். எம்ஆர்ஐ ரிப்போர்ட் பார்த்தாத்தான் தெரியும். ஆனா, கால் எலும்பு ரெண்டு மூணு துண்டா நொறுங்கிடுச்சு. பிளேட் வைக்கவேண்டியிருக்கும். மத்தபடி உடம்புல சிராய்ப்புதான்.'' என்றார் டாக்டர்.

''அப்பா எப்ப கண் விழிப்பார்?''

''நாலு மணிநேரம் போகட்டும் பார்க்கலாம்.''

''அவர் ரெகுலர் மாத்திரை ஏதாவது எடுத்துக்கிறாரா?''

''சுகர், பிபி இருக்கு சார்.''

''சரி, டூட்டி டாக்டர் வருவாங்க. அப்ப எல்லாத்தையும் தெளிவா சொல்லிடுங்க'' எனச் சொல்லிவிட்டுக் கிளம்பினார்.

''பரமசிவம் பேஷன்ட்கூட இருக்கிறவர்தானே நீங்க?'' பயிற்சி மருத்துவர்போல தோற்றமளித்த இளைஞன் கேட்டான்.

''ஆமாம், சொல்லுங்க''

''பேஷன்ட்டுக்கு ப்ளெட் டெஸ்ட் எடுக்கணும். பணம் கட்டணும்''

''எங்க சார் கட்டணும்?''

''எங்கிட்ட கொடுத்தா போதும்.''

''கொஞ்ச நேரத்துக்கு முன்ன எல்லாமே ஃப்ரீன்னு சொன்னாங்க!''

''ஆமாம், எல்லாமே ஃப்ரீதான். சுகர் டெஸ்ட் மாதிரி சிம்பிள் டெஸ்ட்டுக்குத்தான் உடனே ரிசல்ட் கிடைக்கும். தைராய்டு மாதிரி சில டெஸ்ட்லாம் ரிசல்ட் வாங்க ரொம்ப நாளாகும். வெளியில

கொடுத்தாத்தான் ரிசல்ட் உடனே கிடைக்கும். ரிசல்ட் வந்தாத்தான் ட்ரீட்மென்ட் ஆரம்பிப்பாங்க. இது எமர்ஜென்சி கேஸ்."

"இவ்ளோ பெரிய ஹாஸ்பிட்டல்ல இந்த வசதிகூட கிடையாதா?"

"அதுக்கு நாங்க என்ன சார் பண்ண முடியும்? அதெல்லாம் நீங்க கவர்மென்ட்கிட்டதான் கேக்கணும்."

"என்னமோ போங்க" என பாக்கெட்டிலிருந்து எடுத்து அவர் சொன்ன பணத்தைக் கொடுத்தான்.

காவலர் ஒருவர் வந்தார். 'ஏ.ஆர். போலீஸ்' எனத் தன்னை அறிமுகப்படுத்திக்கொண்டு விவரங்களை வாங்கிக்கொண்டார்.

"இங்கயே கம்லெய்ன்ட் கொடுக்கணுமா?"

"நாங்க ஸ்டேஷனுக்கு இன்ஃபார்ம் பண்ணிடுவோம். நீங்க சம்பந்தப்பட்ட ஸ்டேஷனுக்குப் போயிட்டு ரிட்டன்ல ஒரு கம்லெய்ன்ட் கொடுத்துடுங்க. எஃப்ஐஆர் போட்டுடுவாங்க. எஃப்ஐஆர் இருந்தாத்தான் இன்ஷூரன்ஸ் க்ளெய்ம் பண்ண முடியும்." எனச் சொல்லிவிட்டுச் சென்றார்.

அடுத்தடுத்து செல்போனில் அழைப்புகள் வந்தவண்ணம் இருந்தன. விபத்து பற்றியும், அப்பாவின் நிலை பற்றியும் சொல்லிக்கொண்டிருந்தான் மதியழகன்.

அறிமுகம் இல்லாத நடுத்தர வயதுடைய ஒருவர் வந்தார்.

"அது உங்க அப்பாவா?"

"ஆமாம் சொல்லுங்க..."

"நான் ஆம்புலன்ஸ் டிரைவர் சார்."

"எந்த ஆம்புலன்ஸ்?"

"தனியார் ஆம்புலன்ஸ் சார். தலையில ரொம்ப காயம் மாதிரி தெரியுது. இங்க சரியா பார்க்க மாட்டாங்க. சென்னைக்குக் கூட்டிட்டுப் போயிடலாம் சார்."

‘‘டாக்டர் ‘நாலு மணிநேரம் பார்க்கலாம் அப்புறம்தான் என்ன கண்டிஷன்னு சொல்ல முடியும்’னு சொல்றார்.’’

‘‘சென்னையில நல்ல நல்ல ஹாஸ்பிட்டல்லாம் இருக்கு சார். நாங்க தனியார்ல பார்த்துக்குறோம்னு சொல்லுங்க. அவங்க எதுவும் சொல்ல மாட்டாங்க.’’

‘‘டாக்டர்கிட்ட ஏற்கெனவே கேட்டுட்டேன். ‘அப்சர்வேஷன்ல இருக்கிறார். இது அவருக்கு முக்கியமான நேரம். அவசரப்பட வேண்டாம். அதுக்கப்புறம் உங்க இஷ்டம்’னு சொல்லிட்டார்.’’

‘‘அவங்க அப்படித்தான் சொல்வாங்க சார். நம்ம வண்டியில ஐசியுல இருக்கிற எல்லா ஃபெசிலிட்டியும் இருக்கு சார். சென்னைக்குப் போனா எப்படிப்பட்ட கண்டிஷன்ல இருந்தாலும் காப்பாத்திடலாம் சார். இவங்க எப்பவுமே அப்படித்தான் சார். ட்ரீட்மென்ட்டே கொடுக்காம வெச்சிருப்பாங்க. கடைசியா பொணமாத்தான் கொடுப்பானுங்க.’’

‘‘தேவையில்லாம சிக்கல் எதுக்கு? அவர் உடம்பு கண்டிஷன் எப்படி இருக்குன்னு பார்த்துட்டு அப்புறம் தேவைப்பட்டா பார்ப்போம்.’’

‘‘எவ்ளோ பேர காப்பாத்தியிருக்கேன் சார். ஆண்டவன் மேல பாரத்தப் போட்டுட்டு வாங்க சார் பாத்துக்கலாம்.’’

‘‘வேணும்னா சொல்றேன். நீங்க கௌம்புங்க’’ மதியழகனின் குரல் அழுத்தமாக வெளிப்பட்டது.

‘‘ஏதாச்சும் தேவைப்பட்டா உடனே கூப்பிடுங்க.’’ என விசிட்டிங் கார்டைக் கொடுத்துச் சென்றார் ஆம்புலன்ஸ் டிரைவர்.

சற்று நேரத்தில் நண்பர்கள் வந்து சேர்ந்தார்கள். சிறுசிறு உதவிகளும் கிடைத்தன. கண்களில் நீர் கோக்க மதியப் பொழுதில் அமுதா வந்தாள்.

அப்பாவின் படுக்கை அருகே அழைத்துச் சென்றான் மதியழகன். அவரின் கரங்களைப் பற்றி விசும்பினாள். முந்தானையால் முகத்தைத் துடைத்துக்கொண்டாள்.

‘‘காலையில ஏழு மணிக்கு டீக்கடைக்குப் போயிருக்கார். ரோடு ஓரமாத்தான் நடந்து போனாராம். கார்காரன் அடிச்சிட்டுப் போயிட்டு இருக்கான். அங்க இருந்தவங்க ஆம்புலன்ஸுக்கு போன்பண்ணி தகவலைச் சொல்லியிருக்காங்க. அவர் செல்போன்ல இருந்த நம்பர வெச்சி எனக்கும் சொன்னாங்க. ஆம்புலன்ஸ் வந்த கொஞ்ச நேரத்துலேயே நான் வந்துட்டேன்.’’

‘‘டாக்டர் இன்னா சொன்னாரு?’’

‘‘தலையில அடிபட்டிருக்கு. சாயங்காலம் நரம்பு டாக்டர் வருவார். அவர் பார்த்ததுக்கப்புறம்தான் என்னன்னு தெரியும்னு சொல்றாங்க.’’

‘‘கால் எப்படி இருக்கு?’’

‘‘ரெண்டு மூணு துண்டா எலும்பு உடைஞ்சிருக்கு. பிளேட் வைக்க வேண்டியிருக்கும்னு சொன்னாங்க.’’

‘‘போன் வந்ததும் நான் அப்படியே போட்டுட்டுக் கிளம்பிட்டேன். வீட்லயே இருக்க வேண்டியதுதானே. சும்மா சும்மா அங்க எதுக்குப் போவணும்? அந்த ஹூட்ல இன்னாதான் வெச்சிகீறாரோ? வண்டியாவா ஓட்றானுங்க. குடிச்சுட்டு வானத்துல பறக்கிற மாதிரியில்ல போறானுங்க. எத்தன வாட்டிதான் அவருக்குச் சொல்றது. எல்லாத்தையும் படணும்னு எழுதி வெச்சிருக்கு.’’ என மீண்டும் முந்தானையால் வாயைப் பொத்திக்கொண்டு விசும்பினாள் அமுதா.

‘‘சின்னக்கா எங்க வருது?’’

‘‘கொஞ்சநேரத்துக்கு முன்னதான் போன் போட்டேன். மாமண்டூர் ஹோட்டல்ல பஸ்ஸ நிறுத்திட்டாங்களாம். ‘இன்னும் பத்து நிமிஷத்துல செங்கல்பட்டு வந்துடுவேன்’னு சொல்லுச்சு.’’

கலையரசி வந்ததும், அமுதாவிடம் விசாரித்துக்கொண்டாள். அவசரச் சிகிச்சைப் பிரிவில் மருத்துவர்கள் வருவதும் போவதுமாக இருந்தார்கள்.

''காலையில இருந்து எதுவும் சாப்பிடலன்னா எப்படி? மணி ஏழாவுது. அவனுக்கு ஏதாவது சாப்பிட வாங்கிக் கொடுங்க. நீங்களும் ஏதாவது சாப்பிட்டுட்டு வாங்க. நாங்க பார்த்துக்குறோம். போயிட்டு வாங்க.'' மதியழகனின் நண்பன் நவீனிடம் சொன்னாள் அமுதா.

பிறகு நண்பர்களுடன் கிளம்பினான் மதியழகன்.

வெளியே இருள் கவ்வியிருந்தது. மின்விளக்கிலிருந்து விரவிய வெளிச்சத்தில் சிமெண்ட் இருக்கைகளில் இருவரும் அமர்ந்தார்கள்.

''போன் வந்ததும் அப்படியே விட்டுட்டு ஓடியாந்துட்டேன். பசங்க இன்னா பண்ணுதுங்களோ. ஏற்கெனவே மாமியார் நொய்நொய்யுன்னு கத்தும்.''

''ரெண்டு நாள்கூட அதால பாத்துக்க முடியாதா?'' என்றாள் அமுதா.

''அது ஒழுங்கா பாத்துக்கிட்டா நான் ஏன் இப்டி வெசனப்படுறேன். பெரியவ பத்தாவது படிக்கிறதால, அவளுக்கு காலையில சீக்கிரமே சாப்பாடு செஞ்சு கொடுக்கணும். சின்னதும் கூடவே டியூஷன் போவுதுக்கா.''

''கொல்லியில உளுந்து எடுக்காம கெடக்கு. அப்டியே வுட்டா வெடிச்சுடும். ஆள் கெடக்காம, ஒரு வாரமா வெக்க கட்டாம அப்படியே கெடக்குது. காலையிலதான் வெக்க கட்ட ஆளுங்க வந்தாங்க. அவங்களுக்கு சாப்பாடு செய்யணும். பசங்கலாச்சும் காலேஜ்ல சாப்பிட்டுக்குவாங்க. ஒண்டிக்கார மனுஷன் என்ன பண்ணுவாருன்னு தெரியல. ஒடம்பு எப்பிடி இருக்குன்னு பார்த்து போன் பண்ணு. முடிஞ்சா காலையில வரேன்னு சொன்னாரு.''

''நாளைக்கு எப்பிடி இருக்குன்னு பார்ப்போம்.''

ஆபத்து நேரங்களில் அரண்மனைக்குள் புகும் ஒற்றனைப் போல அடிக்கடி வந்து நிற்கும் '108' வாகனங்கள் பதற்றத்தை உதிர்த்துவிட்டுச் சென்றன. வாகனங்களில் வருபவர்கள் கண்ணீரும் கம்பலையுமாக உள்ளே நுழைந்துகொண்டிருந்தார்கள். வெடித்துச் சிதறும் எரிமலையைப் போல திடீர் திடீரென எழும் மரண ஓலங்கள் அங்கு இருப்போரை குலைநடுங்கச்செய்தன. அலங்கோலமாய் தலையிலும், மார்பிலும் அடித்துக்கொண்டு, தரையில் விழுந்து புரள்வதுமாக, பெண்கள் ஆற்றாமையைக் கொட்டித் தீர்த்துக்கொண்டிருந்தார்கள். அப்படியான நேரங்களில் அவர்களுக்கு ஆறுதல் சொல்லக்கூட யாரும் இல்லாதது கொடுமையிலும் கொடுமை. இதுபோன்ற சம்பவங்கள் தினம் தினம் நிகழும். அவற்றை பொருட்படுத்தாமல் உள்ளே போவதும், வெளியே வருவதுமாக மனித ஆகிருதிகள் அங்குமிங்குமாக அலைந்துகொண்டிருந்தன. பலருக்கு அபயம் காக்கும் அரண்மனையாகவும், சிலருக்கு கல்லும் சிமெண்ட்டும் கொண்டு கட்டியெழுப்பிய கான்கிரீட் காலன் நிற்பதைப் போலவும் இருந்தது மருத்துவமனை.

''வந்து ரொம்ப நேரம் ஆச்சு. சரியான ட்ரீட்மென்டே இல்ல. அவங்க பாட்டுக்கு வர்றாங்க, போறாங்க. கேட்டா ஒண்ணும் சொல்றதில்ல. இவனுங்க வூட்ல இப்பிடி நடந்தா சும்மா நிப்பாங்களா? எது நடந்தாலும் இந்த ஆஸ்பத்திரிய சும்மா விடமாட்டோம்.'' இப்படியான குரல்கள் அவசரச் சிகிச்சைப் பிரிவையே பதற்றத்தில் வைத்திருந்தன.

அவர்களை வெளியேற்ற செக்யூரிட்டி மெனக்கெட வேண்டியிருந்தது.

''சரக்கு போட்டுக்கிட்டு எங்கனா வுழுந்து வாரவேண்டியது. இங்க வந்து குய்யோமுய்யோன்னு கத்த வேண்டியது. சனி, ஞாயிறு ஆனா இதே பொழப்பாப்போச்சு.'' என செக்யூரிட்டி தனக்குள் முணுமுணுத்துக்கொண்டார்.

அவசரச் சிகிச்சைப் பிரிவிற்கு வந்த சீனியர் மருத்துவர் ஒருவர், பரமசிவம் ரிப்போர்ட்டைப் பார்த்தார். அவரைச் சுற்றி இரண்டு மூன்று டாக்டர்கள் நின்றுகொண்டிருந்தார்கள். பரமசிவத்தின் தோளில் தட்டினார். லேசாக கண்களைத் திறந்து பார்த்தார் பரமசிவம். சற்று நேரத்தில் மீண்டும் கண்கள் மூடிக் கொண்டன. மருத்துவ மொழியில் ஆங்கில உரையாடல்கள் நடந்தன. பிறகு ''இவரை ஐசியுக்கு மாத்திடுங்க'' எனச் சொல்லிவிட்டுச் சென்றார் அந்த மருத்துவர். மதியழகன் ஐசியுவிற்கு வருவதும் போவதுமாக இருந்தான். நள்ளிரவில் ஒருசில வார்த்தைகளை மட்டும் பேசினார் பரமசிவம். அடுத்ததாக அமுதாவும் கலையரசியும் ஐசியுவில் சென்று பார்த்தார்கள்.

மருத்துவமனையின் உள்ளேயும் வெளியேயும் ஆங்காங்கே சிலர் தூங்கிக்கொண்டிருந்தார்கள். சிலர் தூக்கம் வராமல் தலையில் கை வைத்து உட்கார்ந்திருந்தார்கள்.

அடகு வைத்த அம்மாவின் நகைகள், அப்பா பெயரில் உள்ள நிலம், கடன், கொழுந்தியாளின் பகை, அப்பாவின் வாக்குறுதிகள் என அமுதாவும் கலையரசியும் இரவு முழுவதும் பேசுவதற்கு நிறைய சங்கதிகள் இருந்தன.

கீழ்வானம் வெளுக்கத் தொடங்கியது. தரையைத் துடைப்பது, நோயாளிகளுக்கு சாப்பாடு கொண்டுவருவது, டீட்டி மாற்றுவது என மருத்துவமனை பரபரப்பாக இயங்கிக்கொண்டிருந்தது.

''எப்படியும் ஒரு மாசத்துக்கு மேல ஆவும்னு சொல்றாங்கக்கா. நான் வூட்டுக்குப் போவட்டுமா? நாலஞ்சு நாள் கழிச்சு வரேன்.''

''ஆமாம்... எல்லாரும் ஒரே நேரத்துல இருந்து இன்னா பண்ணப்போறோம். நான் பார்த்துக்குறேன். நாலு நாள் கழிச்சு நீ வந்துடு. அடுத்த வாரம் நீ பார்த்துக்கோ.''

''அடுத்த வாரம் மதி பொண்டாட்டிய வரச்சொல்லு. நாலு நாள் வந்து பார்த்துக்கட்டும்.''

''ஆளப்பார்த்துச் சொன்ன பாரு. அவ அம்மா, அப்பாவுக்கு ஏதாவதுன்னா உடனே பையத் தூக்கிக்கினு ஊருக்குக் கெளம்பிடுவா. இவரு நாத்தன்னாலே அவளுக்கு ஒதவாதே. எப்பிடிப் பாத்துக்குவா?''

''சொத்த மட்டும் மொத்தமா எடுத்துக்கத் தெரியுதுல்ல. வந்து நாலு நாள் இருக்கட்டுமே.''

''அந்தக் கழுதைய பத்தி இப்ப ஏன் பேசற? இன்னைக்கு மதியம் வர்றாளாம். பாத்துட்டு அப்பிடியே போயிடுவாளாம்.''

''அவங்க அம்மாவ வரச்சொல்லி பசங்கள பார்த்துக்கக் கூடாதா? இவ வந்து ஒரு வாரம் இருக்கட்டுமே.''

''அவளப் பத்திப் பேசி இன்னா ஆவப்போவுது. நாமதான் பார்த்துக்கணும்.''

''சரி, நான் கொஞ்ச நேரம் கழிச்சுக் கெளம்புறேன். ஏதாவது அவசரம்னா எனக்கு போன் பண்ணு.''

இரவெல்லாம் கண்விழித்தக் கலக்கத்தில் சிமெண்ட் இருக்கையில் சாய்ந்து அமர்ந்திருந்தான் மதியழகன். தன்னையறியாது கண்கள் மூடின. செல்போன் ஒலித்தது.

''மதியழகன் சார்ங்களா?''

''ஆமாம் சொல்லுங்க.''

''நான் சென்னையில இருந்து அட்வகேட் சிவக்குமார் பேசுறேன். அப்பாவுக்கு ஒடம்பு பரவாயில்லையா?''

''இப்ப கொஞ்சம் பரவாயில்ல.''

''ஆக்சிடென்ட் பண்ண வண்டி மேல கேஸ் போட்டு க்ளெய்ம் பண்ணலாம் சார். ஜூனியர வந்து உங்கள பார்க்கச் சொல்லட்டுமா?''

''ஹாஸ்பிட்டல் வேலையா அங்க இங்க அலைஞ்சுக் கிட்டிருக்கேன். வேணும்னா அப்புறம் சொல்றேன்.''

''நாங்க ஸ்பெஷலா ஆக்சிடென்ட் கேஸ் மட்டுமே பார்க்கிறவங்க. சீக்கிரம் க்ளெய்ம் பண்ணிக் கொடுத்துடுவோம்.''

''என்னோட நம்பர் உங்களுக்கு எப்படித் தெரியும்?''

''ஹாஸ்பிட்டல்ல இருந்து தெரிஞ்சவங்கக் கொடுத்தாங்க.''

''சரி, அப்புறம் பேசுறேன்.'' எனச் சொல்லிவிட்டு அழைப்பைத் துண்டித்தான் மதியழகன்.

ஞாயிற்றுக்கிழமை என்பதால், உற்றார் உறவினர் வந்து சென்றார்கள்.

அடுத்த நாளில் வந்த நவீன், ''இன்னைக்கு எனக்கு நைட் டூட்டி. பைக் எடுத்துக்கிட்டு வந்திருக்கேன். ஸ்டேஷன்ல போய் கம்லெய்ன்ட் குடுத்துட்டு வந்துடலாம்.'' என்றான்.

காவல் நிலையத்திற்குச் சென்று புகார் மனு கொடுத்தார்கள்.

''எஃப்ஐஆர் எப்ப சார் கெடைக்கும்?'' என்றான் நவீன்.

''இப்பதான கம்லெய்ன்ட் கொடுத்திருக்கீங்க. இன்ஸ்பெக்டர் சாயங்காலம்தான் வருவார். அவர்கிட்ட கேட்டுட்டு எஃப்ஐஆர் போட்டுடலாம். போறப்ப ரைட்டரப் பார்த்துட்டுப் போங்க. தெளிவா சொல்வார்.'' என்றார் உதவி காவல் ஆய்வாளர்.

வழக்கமான 'சம்பிரதாய'த்தோடு ரைட்டர் சந்திப்பு நடைபெற்றது. செல்போன் எண்களைப் பரிமாறிக்கொண்டார்கள்.

அங்கிருந்து வெளியேறியபோது, ''க்ளெய்ம் பண்ற பணத்துல பாதிய இப்படியே செலவு செஞ்சுட வேண்டியதுதான்போல'' என்றான் மதியழகன்.

‘‘எரியுற வீட்ல கெடச்சது வரைக்கும் லாபம்தானே!’’

அடுத்தநாளில் ஆண்கள் வார்டுக்கு மாற்றப்பட்டிருந்தார் பரமசிவம். அப்பா உடல்நிலையில் முன்னேற்றம் இருப்பதாக உணர்ந்தான் மதியழகன்.

புதிய எண்ணிலிருந்து செல்போன் அழைப்பு வந்தது.

‘‘நான் அட்வகேட் ராமச்சந்திரன் பேசுறேன்.

‘‘சொல்லுங்க...’’

‘‘அக்சிடென்ட் விஷயமா ஸ்டேஷன்ல கம்லெய்ன்ட் கொடுத்ததா சொன்னாங்க. கேஸை எடுத்துக்கலாமா சார்.’’

‘‘என்னோட ஃப்ரெண்டும் அட்வகேட்தான். நான் பார்துக்குறேன்.’’

அழைப்பு துண்டிக்கப்பட்டது.

‘‘எவன் எவனோ கால் பண்றான். எப்படியெல்லாம் ஆள் புடிக்கிறாங்க பாரு.’’ என்றான் மதியழகன்.

‘‘அவங்களுக்குள்ள பெரிய நெட்வொர்க்கே இருக்குது. எல்லாமே கமிஷன்தான்டா’’

கடந்த ஒரு வாரமாக அங்கும் இங்கும் அலைந்ததில் அமுதாவிற்கு அந்த மருத்துவமனை பழக்கப்பட்டிருந்தது. அந்த அறையில் உள்ளவர்கள் சாப்பாடு வாங்கிக்கொண்டு வருவதற்கும், வெளியே சென்று வர நேர்ந்தால் பக்கத்தில் இருப்பவர்கள் பார்த்துக்கொள்ளும் அளவிற்கு அறிமுகமாகி இருந்தார்கள். குடும்ப விஷயங்களை ஒருவருக்கொருவர் பரிமாறிக்கொண்டார்கள். கலையரசி காலையிலேயே வருவதாகச் சொல்லியிருந்தாள். அவள் வந்தபோது அப்பா விழித்துக்கொண்டு இருந்தார்.

‘‘மதியத்துக்கும் சேர்த்து, தம்பி காலையில சாப்பாடு எடுத்துட்டு வந்துடுவான். ராத்திரி மட்டும் வெளிய வாங்கிச் சாப்பிட்டுக்கணும்.

ஒரு வாரத்துக்கு அட்ஜஸ்ட் பண்ணிக்கோ. யூரின் டியூப் ரொம்பாமப் பார்த்துக்கோ. அவருக்கு இட்லி, கஞ்சின்னு ஏதாவது சாப்பிடக் கொடு. மதியம் ஜூஸ் வாங்கிக் கொடு. டாக்டர்ங்க ஏதாவது சொன்னாங்கன்னா தம்பிக்கு போன் பண்ணு. நான் அடுத்த வாரம் வந்துடுவேன்.'' அனுபவங்களைச் சொன்னாள் அமுதா.

''சரிக்கா...''

''அப்புறம், பெருக்கித் தொடைக்க வர்றவங்க, டீ செலவுக்குக் கேப்பாங்க. ஏதாவது கொடு. இல்லன்னா அத அங்க வைக்காத, இங்க வைக்காதன்னு மானாவாரியா கத்துவாங்க.''

''நான் பார்த்துக்குறேங்கா.''

''சாயங்காலமா ப்ளெட் டெஸ்ட் ரிசல்ட்ட வாங்கணும். ரெண்டு பில்டிங் தள்ளிப்போனா கெடக்கும். பெரிய சீட்ல இருக்கிற ரிசல்ட்ட மெடிக்கல் காலேஜ் போய்தான் வாங்கணும். பக்கத்துல இருக்கிற ரோட்டுல ரொம்பத் தொலைவு போவணும். அந்த சீட்ட ரெண்டு நாள் கழிச்சு தம்பியாண்ட கொடுத்து அனுப்பு. அவன் வாங்கிட்டு வந்துடுவான்'' சொல்லிவிட்டுக் கிளம்பிளாள் அமுதா.

காலைப் பொழுதில் ஜூனியர்கள் படை சூழ தலைமை மருத்துவர் வந்தார். பரமசிவத்தின் கால்களைப் பார்த்தார். ரிப்போட்டையும் படித்தார். பிறகு மருத்துவர்களிடம் விசாரித்தார்.

''சில இடங்கள்ல டீகம்போஸ் ஆகுது. ரெண்டு நாள் பார்ப்போம். இல்லைன்னா முட்டிவரைக்கும் காலை எடுக்க வேண்டியிருக்கும்.'' மருத்துவர் சொல்லிவிட்டுச் சென்றார்.

மதியழகனுக்கு தலையில் இடி விழுந்தாற்போல ஆனது.

''கார் அடிச்சப்பவே போயிட்டு இருந்தா யாருக்கும் தொல்லை இல்ல. நானும் கஷ்டப்படுறது இல்லாம, உங்களையும் கஷ்டப்படுத்தணும்னு எழுதியிருக்கு'' எனப் புலம்பினார் பரமசிவம்.

‘‘கால் இல்லாம இன்னா பண்றது? படுக்கக்கொள்ள என் வூட்ல வசதி இல்லையே, இருந்தாக்கூட நான் கூட்டிட்டுப் போயிடுவேன். என் தலையில அப்படி எழுதி வெச்சிருக்கு’’ எனப் புலம்பினாள் கலையரசி.

வசதி இல்லாத இடத்தில் தன்னைக் கட்டிக்கொடுத்ததைக் குத்திக்காட்டியதுபோல இருந்தது பரமசிவத்திற்கு. மாலையில் வீட்டிற்குச் சென்று வருவதாகக் கிளம்பினான் மதியழகன். வயிறு சரியில்லை என இரவு உணவைத் தவிர்த்திருந்தார் பரமசிவம். நள்ளிரவில் அவருக்குக் காய்ச்சல் அதிகமாகி உடல் நடுங்கச் செய்தது.

‘‘ஜொரம் அதிகமாயிடுச்சு. ஒடம்பு நடுங்குது. டாக்டர வரச்சொல்லுங்க.’’ என வார்டில் இருந்த நர்ஸிடம் சொன்னாள் கலையரசி.

‘‘டாக்டர்லாம் காலையிலதான் வருவாங்க. இந்த மாத்திரையைக் கொடுங்க. சரியாப்போயிடும்’’ என செவிலியர் பாராசிட்டமால் மாத்திரையைக் கொடுத்து அனுப்பிவிட்டார்.

மாத்திரையைப் போட்டுக்கொண்டு படுத்தார் பரமசிவம். விடிந்தும் காய்ச்சல் குறைவதாக இல்லை. திடீரென வலிப்பு எடுக்க ஆரம்பித்தது. அப்போது பணியிலிருந்த மருத்துவர் அவரைப் பரிசோதித்து மீண்டும் ஐசியுவிற்கு மாற்றச் சொன்னார். செவிலியரையும் கடிந்துகொண்டார். தகவல் அறிந்து விடியற்காலையிலேயே மதியழகன் வந்து நின்றான்.

பாதிப்பின் தீவிரத்தைச் சொன்னார் மருத்துவர். அது அப்பா இறுதிக்கட்டத்தை நெருங்கியதாக உணர்த்தியது. தகவல் அறிந்து மீண்டும் ஓடிவந்தாள் அமுதா. நவீனும் வந்திருந்தான். அமுதாவும் கலையரசியும் விசும்பிக்கொண்டும், தேம்பிக்கொண்டும் இருந்தார்கள். அருகில் உள்ள மாடிப்படி ஓரமாகச் சாய்ந்து அமர்ந்திருந்தான் மதியழகன். பெரும் துயரை நோக்கிக்

காத்திருப்பதுபோல அவர்கள் வெளியில் காத்திருந்தார்கள். பிற்பகலில் மருத்துவரும் அதை உறுதி செய்தார். அவர்களுக்குள் அழுவதுமாக, ஆறுதல் சொல்வதுமாக இருந்தார்கள். ஒருவர் பின் ஒருவராக உயிரற்ற அப்பாவின் முகத்தைப் பார்த்துவிட்டு வந்தார்கள்.

ஒரு மணிநேரம் கழித்து வந்த வார்டுபாய், மதியழகனை உள்ளே அழைத்து வந்தார். பரமசிவம் கையில் குத்தியிருந்த ஊசியை விடுவித்து, வெண்டிலேட்டர் தொடர்பு துண்டித்து, கைகால்களைப் பிணைத்துக் கட்டினார். உடலைப் போர்வையால் மூடி இறுக்கி மூடிச்சுப்போட்டார். இருவரும் ஸ்டெச்சரில் தூக்கிவைத்தார்கள்.

"மார்ச்சுவரி இங்கிருந்து அரை கிலோமீட்டர் தொலைவுக்கு மேல இருக்கும். தள்ளிக்கிட்டுத்தான் போவணும். நீங்க பின்னால வந்தா போதும் சார்."

"வண்டி எதுவும் இல்லையா?"

"அதெல்லாம் இல்ல சார்... நாங்கதான் கஷ்டப்படுறோம். மழை வர்ற மாதிரி இருக்கு."

"போயிடலாம் இல்ல."

"கவலப்படாத சார். அதுக்குள்ள போயிடலாம்."

அவர்கள் கட்டடத்தைவிட்டு வெளியில் வந்தபோது மாலை நேர கருக்கலில் இருள் கவ்வத் தொடங்கியது. மதியழகனுடன் நவீனும் வந்தான்.

"இன்னா ஊர் சார் நீங்க?"

"திருவள்ளூர்".

"அப்பாவுக்கு இன்னா ஆச்சு?"

"அக்சிடென்ட்."

‘‘எங்க ஆச்சு?’’

‘‘வந்தவாசி பக்கத்துல’’

‘‘அங்க ஏன் போனார்?’’

‘‘அங்கதான் எங்க ஊரு இருக்கு. வேலை காரணமா நான் திருவள்ளூர்ல செட்டில் ஆகிட்டேன். அம்மா இறந்ததுக்கப்புறம் அவர் தனியா இருந்தார். அதனால நான் திருவள்ளூருக்குக் கூட்டிட்டு வந்துட்டேன். ஊருல பழைய ஓட்டு வீடும், நாலு ஏக்கர் நெலமும் இருக்கு. நெலத்தைப் பார்த்துட்டு வர்றேன்னு அடிக்கடிப் போவார். அப்படியே அக்கம்பக்கத்துல இருக்கிற சொந்தக்காரங்கள போய்ப் பார்த்துட்டு வருவார். போன வாரம் போறப்ப டீக்கடைக்குப் போறதுக்காக ரோட்ட கிராஸ் பண்ணியிருக்கார். அப்பதான் ஆக்சிடென்ட் ஆகிடுச்சு. வீட்லயே இருந்திருந்தா யாருக்கும் எந்தக் கஷ்டமும் இருந்திருக்காது.’’

‘‘கழனி காடுன்னு ஊருல சுத்திக்கிட்டு இருக்கிறவங்கள டவுனுக்குக் கூட்டியாந்து, நாலு செவுத்துக்குள்ள உட்காரச் சொன்னா புடிக்குமா சார்? வயசானாவே அப்படித்தான். விதி யாரை வுட்டுச்சு.’’

பிணவறை வந்தபோது பலமாக வீசத் தொடங்கிய காற்று, புழுதியை வாரித் தூற்றி பறந்தோடிக் கொண்டிருந்தது. ஓங்கி உயர்ந்த அரசமரக் கிளையிலிருந்து, பழுத்த இலைகள் விடுபட்டு காற்றில் பறந்து தூரத்து மண்ணில் விழுந்தன. அவற்றை விடாமல் துரத்திக்கொண்டே சென்றது காற்று.

‘‘வெளியிலேயே இருங்க சார். பாடிய உள்ள வெச்சிட்டு வந்துடுறேன்.’’

போர்வையால் சுற்றி மூடப்பட்ட பரமசிவத்தின் உடலை, துர்நாற்றம் நிறைந்த குளிரூட்டப்பட்ட அறையில் பிணங்களோடு பிணமாக தரையில் போட்டுவிட்டு வந்தார் வார்டுபாய்.

''பாடிய பீரிஸர் பெட்டியில வெச்சுட்டேன். ஒண்ணும் ஆகாது சார்.'' ஆறுதலாகச் சொல்லிவிட்டு நின்றார்.

மதியழகன் எல்லோருக்குமான வழக்கத்தைச் செய்தான்.

''நாத்தம் புடிச்ச வேல சார் இது. இவ்ளோ தொலைவு கஷ்டப்பட்டுத் தள்ளியாந்திருக்கிறேன். கொஞ்சம் பார்த்து செய்யுங்க.''

மதியழகன் திரும்பவும் பாக்கெட்டில் கையை நுழைக்க வேண்டியிருந்தது.

''போஸ்ட்மார்டம் எப்ப பண்ணுவாங்க? காலையில கொடுத்துடுவாங்களா?'' என்றான் நவீன்.

''இது ஆக்சிடென்ட் கேஸ். ஆக்சிடென்ட் ஆன ஏரியா போலீஸ் ஸ்டேஷன்ல போய் கம்லெய்ன்ட் கொடுக்கணும்''

''ஏற்கெனவே கொடுத்துட்டோம். எஃப்ஐஆர்லாம் போட்டுட்டாங்க.'' என்றான் மதியழகன்.

''அது ஆக்சிடென்ட்டுக்கு. இறந்ததுக்கப்புறம் திரும்பவும் ஒரு கம்லெய்ன்ட் கொடுக்கணும். போறப்ப ஒரு நாலஞ்சு பேரையாவது கூட்டிட்டுப் போவணும். போலீஸ்காரங்க லெட்டர் ரெடி பண்ணி எடுத்தாந்து ஹாஸ்பிட்டல்ல கொடுப்பாங்க. டீன் ஆபிஸ்லயிருந்து லெட்டர்ல கையெழுந்து வாங்கியாந்ததுக்கு அப்புறந்தான் போஸ்ட்மார்டம் பண்ணுவாங்க.''

மூவரும் அவசரச் சிகிச்சை வாயில் முன்பு வந்தபோது இருள் கவ்விக்கொண்டது. வானின் காரிருளை மின்னல் வெட்டிப் பிளந்து கொண்டிருந்தது. மேகங்கள் வெடித்துச் சிதறுவதுபோல் எழுந்த இடியின் போரொலியால் பூமி அதிர்ந்தது. புழுதி பறக்கும் காற்றில் ஊடறுத்து வந்த தூறல்கள் மண்ணில் விழுந்து தெறித்தன. புழுதிக் காற்றும், மழையும் கலந்து மனிதர்களை கட்டடங்களுக்குள் விறட்டிச்

சிறையிட்டன. மின்விளக்கு வெளிச்சத்தில் அடுத்து என்ன செய்வது எனத் தெரியாமல் அவர்கள் நின்றிருந்தார்கள். பரமசிவத்திற்காகவே கொட்டித் தீர்த்ததுபோல் பெய்தது மழை.

"ஏட்டுகிட்ட பேசிட்டேன். சொந்தக்காரங்க அஞ்சு பேரையும், அந்த ஊர்ல தெரிஞ்சவங்க அஞ்சுபேரையும் கூட்டிட்டு காலையில சீக்கிரம் வரச்சொன்னார். வர்றவங்கள காலையில அஞ்சு மணிக்கெல்லாம் நேரா ஸ்டேஷனுக்கு வரச்சொல்லிடு. யாரையாவது கார் எடுத்துட்டு வரச்சொல்லிடுறேன். வெடிகாலையில எவ்ளோ சீக்கிரம் முடியுமோ அவ்ளோ சீக்கிரம் போயிடுவோம்." என்றான் நவீன்.

இருள் விலகுவதற்கு முன்பாகவே அவர்கள் காவல்நிலையத்தில் நுழைந்தார்கள். டேபிளில் கவிழ்ந்து தூக்கிக்கொண்டிருந்த காவலர் சத்தம் கேட்டு எழுந்தார்.

"சார், நேத்து ராத்திரி ஆக்சிடென்ட் கேஸ் விஷயமா போன் பண்ணியிருந்தோம்."

"பரமசிவம் கேஸ்தானே... உங்க ஆளுங்களெல்லாம் வந்துட்டாங்களா?"

"வந்துட்டாங்க. வெளியில இருக்கிறாங்க சார்."

"சரி, நான் சொல்ற மாதிரி எழுதிக் கொடுங்க"

நவீன் மனுவை எழுதியதும், அதில் மதியழகன் கையொப்பமிட்டான். பிறகு சாட்சிகளுக்கென்று வைத்திருந்த ரெக்கார்டு நோட்டை எடுத்தார். வந்தவர்கள் ஒவ்வொருவராக விவரங்களைச் சொல்லி அதில் கையொப்பமிட்டார்கள். காவல்நிலையச் சம்பிரதாயங்கள் முடிந்தன. ஊரிலிருந்து வந்தவர்கள் ஊருக்கே கிளம்பினார்கள். அமுதாவும் கலையரசியும் பேருந்து பிடித்து திருவள்ளூருக்கு கிளம்பினார்கள். மதியழகனும் நவீனும் காவல்நிலையத்திலேயே காத்திருந்தார்கள்.

‘‘சார், எங்ககூட வர்றவர் எப்ப வருவார்?’’ என்றான் நவீன்.

‘‘குளிச்சுக்கிட்டு இருக்காராம். இப்ப வந்துடுவார்.’’

‘‘மணி எட்டாகுது. வேற யாராவது வருவாங்களா?’’

‘‘ஹாஸ்பிட்டல் மேட்டர்லாம் அவர்தான் பார்க்கிறார். வந்தா டக்குன்னு முடிச்சுக் கொடுத்துடுவார்.’’

நவீன் உள்ளே வருவதும் போவதுமாக இருந்தான்.

‘‘அவர் வந்துட்டாரு. வெயிட் பண்ணுங்க...’’

வேகமாக உள்ளே வந்த காவலர் ராஜேந்திரன், கோப்புகளை எடுப்பதும் வைப்பதுமாக இருந்தார். அடிக்கடி போனில் பேசுவதும், தயார்செய்து வைத்திருந்த கோப்புகளைச் சரிபார்ப்பதுமாக இருந்தார்.

‘‘அசால்ட் கேஸ் பார்ட்டிய சாயங்காலம் ஆறு மணிக்குமேல வரச்சொல்லிடு’’ ராஜேந்திரனின் குரலில் பரபரப்பு தெரிந்தது.

‘‘சரிங்கய்யா.’’

‘‘வந்தா ஆளுக்கு ‘பத்து’ வாங்கிட்டு அனுப்பு.’’

‘‘அவனுங்க வழிக்கு வர்ற மாதிரியே தெரியலையே.’’

‘‘ரெண்டு பார்ட்டிக்கிட்டயும் கம்லெய்ன்ட் வாங்கிட்ட இல்ல. சிஎஸ்ஆர் போட்டுடு. இன்ஸ்பெக்டர் எஃப்ஐஆர் போடச் சொல்லிட்டாரு, கேஸ் வுழுந்தா தனியார் கம்பெனிக்குக் கூட வேலைக்குப் போவ முடியாதுன்னு சொல்லிவை. அப்பதான் அவங்க பயப்படுவானுங்க. இவனுங்க குடிச்சுட்டு அடிச்சுக்குவானுங்க. நாம வேலையத்து பஞ்சாயத்து பண்ணிக்கிட்டு இருக்கணுமா?‘‘ என்ற ராஜேந்திரன் நவீனைப் பார்த்து ‘‘கௌம்பலாமா?’’ என்றார்.

நால்வரையும் ஏற்றிக்கொண்டு கார் புறப்பட்டது. சிறிது நேரம் கழித்து ‘‘அடுத்து வர்ற ரைட்ல கட் பண்ணுங்க.’’ என்றார் ராஜேந்திரன்.

‘‘மெயின் ரோட்டுலேயே போயிடலாம் சார்.’’ என டிரைவர் சொன்னார்.

‘‘இது வேற மேட்டர். இந்த லெட்டரை அங்க கொடுக்கச் சொல்லி இன்ஸ்பெக்டர் சொல்லியிருக்கார். கொடுத்துட்டு அப்பிடியே போயிடலாம்.’’

‘‘வேற யார்கிட்டவாவது கொடுத்து அனுப்பி இருக்கலாமே சார்’’

‘‘ஸ்டேஷன்ல ஆள் கிடையாது தம்பி. அடிதடி கலவரம்னு ஊர் ரெண்டுபட்டுக் கெடக்குது. நேத்து காலையில இருந்தே அங்கதான் இருக்கேன். ராத்திரி ரெண்டு மணிக்குத்தான் வீட்டுக்கு வந்தேன். உங்களோட அவசரம் புரியுது. கவலைப்படாதீங்க சீக்கிரம் முடிச்சுடலாம்.’’

அவர்கள் வந்து சேர்ந்தபோது, பரபரப்பாக இயங்கிக்கொண்டிருந்தது மருத்துவமனை. ‘‘நான் போய் டீன் ஆபிஸ்ல கையெழுத்து வாங்கிட்டு வந்துடுறேன்.’’ எனக் கிளம்பினார் ராஜேந்திரன். அரைமணி நேரம் ஆகியும் அவர் வருவதாக இல்லை. நவீன், டீன் அலுவலகத்தை நோக்கிச் சென்றான்.

‘‘சுகாதாரத் துறை அமைச்சர் வந்திருக்கார். புதுசா ஏதோ பில்டிங் வரப்போகுதாம். அந்த இடத்தைப் பார்த்துட்டு, மீட்டிங்ல இருக்காங்க. வந்துடுவாங்க.’’ ராஜேந்திரன் சொன்னதைக் கேட்டு நவீனுக்கு உள்ளுக்குள் எரிச்சல் வந்தது.

அவசரத்தைப் புரிந்துகொள்ளாமல் மெதுவாகச் சுழன்றது பூமி. நத்தையின் மீதமர்ந்து போருக்குச் செல்லும் வீரனைப்போல உணர்ந்தான் மதியழகன்.

சிறிது நேரம் கழிந்த நிலையில், கையொப்பத்தைப் பெற்று வந்த ராஜேந்திரன், ‘‘மெடிக்கல் காலேஜுக்குப் போகணும். இந்தச் சீட்டைக் காட்டி போஸ்ட்மார்டத்திற்கு துணி வாங்கிட்டு வரணும். அதை வாங்கிக் கொடுத்துட்டா போஸ்ட்மார்டம் முடிஞ்சுடும்’’ என்றார்.

''நான் கூட வரணுமா?'' என்றான் மதியழகன்.

''நான் போயிட்டு வந்துடுறேன். நீங்க இங்கேயே இருங்க. அங்க கொஞ்சம் எதிர்பார்ப்பாங்க. வேற யாராவது ஒருத்தர் வந்தா போதும்.''

''நான் வர்றேன்'' எனக் கிளம்பினான் நவீன்.

மருத்துவக் கல்லூரி வளாகத்தில் இருந்த கட்டடம் ஒன்றின் முதல் மாடியில் அவர்கள் நின்றிருந்தார்கள். நவீனை வெளியே ஓரமாக நிற்கச் சொல்லிவிட்டு காவலரை மட்டும் உள்ளே அழைத்தார்கள். பிறகு வெளியே வந்த ஒருவர் கேமராவுக்குத் தெரியாத மறைவான இடத்தில் நவீனிடம் இருந்து 'பெறவேண்டியதைப்' பெற்றுக்கொண்டார்.

அவர்கள் மார்ச்சுவரியை நெருங்கியபோது கூட்டம் நிறைந்திருந்தது. ராஜேந்திரன் கொண்டுவந்த கோப்புகளை அங்கு இருந்த மருத்துவரிடம் கொடுத்தார். பிறகு வெளியே வந்து நின்றார்.

அப்போது வெளியே காக்கிச்சட்டையுடன் வந்த ஊழியரிடம், ''நாலு மணிக்காவது பாடி கிடைக்குமா?'' என்றான் நவீன்.

''சந்தேகந்தான்.''

''நாலு மணிக்காவது கெடச்சாதான்சார் நாங்க ஆறு மணிக்குப் போக முடியும். எல்லாத்தையும் ரெடி பண்ணிட்டோம்.''

''ஏற்கெனவே நெறைய பாடி வெயிட்டிங்ல இருக்குது. இன்னைக்கு முடியுமான்னு தெரியல.''

''ஏழு மணியானாகூட பரவாயில்ல.''

''மந்திரியே செத்தாலும் சாயங்காலம் ஆறு மணிக்குமேல போஸ்ட்மார்டம் பண்ண முடியாது. வெள்ளைக்காரங்க காலத்துல இருந்தே இதுதான் சட்டம்.''

‘‘இன்னைக்குக் கிடைக்காதா?’’

‘‘டாக்டர் மனசு வெச்சா உண்டு.’’

‘‘நீங்க முடியும்னு நெனச்சா முடியும். என்னவோ பார்த்து செஞ்சுடலாம்’’ என சிரித்துக்கொண்டே சொன்னார் ராஜேந்திரன்.

அடுத்த சில நிமிடங்களில் வந்த ஊழியர், ‘‘பாடி எதுன்னு ஒருத்தர் உள்ள வந்து கன்ஃபார்ம் பண்ணிட்டு வரணும்.’’ என்றார்.

மதியழகன் உள்ளே சென்றான். பிணவறை துர்நாற்றம் குமட்டியது. கிழே கிடத்தி இருந்த அப்பாவின் உடலை அடையாளம் காட்டிவிட்டு வேகமாக வெளியே வந்தான்.

ஒரு வழியாக ஐந்து மணிக்கெல்லாம் போஸ்ட்மார்டம் முடிந்தது.

‘‘வந்தவாசிக்கு முன்னாடியே இருக்குதா இந்த வில்லேஜ்’’ என்றார் அமரர் ஊர்தி டிரைவர்.

‘‘அந்த அட்ரஸ் இல்ல. திருவள்ளூர் அட்ரஸுக்குப் போகணும்.’’ என்றான் மதியழகன்.

‘‘இதுல வந்தவாசி அட்ரஸ்தானே போட்டிருக்கு?!’’

‘‘இது அப்பாவோட பழைய அட்ரஸ். நாங்க திருவள்ளூர்லதான் இருக்கோம். அவர் ஆதார்ல இன்னும் அட்ரஸ் மாத்தல.’’

‘‘நாங்க எதுவும் பண்ண முடியாது சார். டீன் ஆபீஸ்ல போய் மாத்திக்கிட்டு வந்தாதான் நாங்க எடுத்துக்கிட்டுப் போக முடியும். இல்லன்னா நீங்க தனியா வண்டி வெச்சுக்கிட்டுத்தான் போகணும்.’’

‘‘டீன் ஆஃபீஸ்ல இப்ப யாரும் இருக்க மாட்டாங்களே. கொஞ்சம் பார்த்து செய்யுங்க, கவனிக்கச் சொல்றேன்.’’ என டிரைவரை சமாதானப்படுத்தினார் ராஜேந்திரன்.

"நான் வேற ரூட்ல போறேன். பக்கத்துல இருக்கிற வண்டி அந்தப்பக்கமா போவும். அதுல ஏற்கெனவே ரெண்டு பாடி இருக்குது. ஸ்ரீபெரும்புதூர் போயிட்டு சுங்குவார்சத்திரம் போகுது. அதுல வேணும்னா பேசிவிடுறேன்."

"சரி ஏதோ செய்ப்பா."

ஒருவழியாய் பரமசிவத்தின் உடல் அமரர் ஊர்தியில் ஏறியது.

"நான் கிளம்பட்டுமா?" என்றார் ராஜேந்திரன்.

"சார் உங்களுக்கு..."

"எதுவும் வேணாம். என்னை பஸ் ஸ்டாப்பில் இறக்கிவிட்டா போதும்."

"எல்லோரும் வழக்கமா எதிர்பார்க்கிறதுதானே!"

"நான் பரிசுத்தமானவன்னு சொல்லல. இந்த மாதிரி விஷயத்துல எதுவும் எதிர்பார்க்கமாட்டேன்."

மதியழகனும் நவீனும் அவரை ஆச்சரியமாகப் பார்த்தார்கள்.

"காலையில இருந்து நீங்க எவ்ளோ கஷ்டப்பட்டீங்க. எங்களால முடிஞ்ச ஏதாவது செய்யுறோம்." என்றான் மதியழகன்.

"வேணாம் தம்பி. எரியுற வீட்டில் கிடைத்தவரை லாபம்னு நெனைக்கிற ஆள் நான் இல்ல. அது லாபமும் இல்ல; பாவம். சுடுகாட்டுக்குப் போற அப்பா கையில எதை எடுத்துக்கிட்டு போறார்? போய் ஆகவேண்டிய காரியத்தைப் பாருங்க." ராஜேந்திரனின் குரல் தெளிவாய் இருந்தது.

மருத்துவமனைக்கு வெளியே பேருந்துக்காகக் காத்துக் கொண்டிருந்தார் ராஜேந்திரன். தொலைவில் கரும்புள்ளியாகக் கரைந்து மறைந்தது அமரர் ஊர்தி.